AF766057

കഥകൾ കവിതകൾ ലേഖനങ്ങൾ

സി രാധാകൃഷ്ണൻ

Kadhakal Kavithakal Lekhanangal

C Radhakrishan

CHINTHA PUBLISHERS
Thiruvananthapuram

© Rights Reserved
All rights reserved. No part of this publication may be reproduced, transmitted, or stored in a retrieval system in any form or by any means without the written permission of the publisher.

First Edition
January 2022

Published & Typesetting
Chintha Publishers, Thiruvananthapuram

Printed at
Time offset printers, Thiruvananthapuram

Cover Design
Vinod Mangoes

ISBN : 978-93-93468-54-3

CO - 3076 / 5803

Email: chinthapublishers@gmail.com
Website: www.chinthapublishers.com

A version is available at National Libraries
Kolkata, Mumbai, Chennai and Delhi

Distribution
DESHABHIMANI BOOKHOUSE
H O Thiruvananthapuram 695035

Branch
Head Office Kunnukuzhi • Statue Thiruvananthapuram
KSRTC Bus Terminal Thampanoor • Saphalyam Complex Thiruvananthapuram
KSRTC Bus Station Alappuzha • KSRTC Bus Station Ernakulam
Machingal Lane Thrissur • IG Road Kozhikode
Mavoor Road Kozhikode • NGO Union Building Kannur
Central Bus Terminal Complex Thavakkara Kannur

കഥകൾ കവിതകൾ ലേഖനങ്ങൾ

സി രാധാകൃഷ്ണൻ

ചിന്ത പബ്ലിഷേഴ്സ്
തിരുവനന്തപുരം-695 035

സി രാധാകൃഷ്ണൻ

പ്രശസ്ത നോവലിസ്റ്റും എഴുത്തുകാരനും. 1939 ഫെബ്രുവരി 15 ന് തിരൂരിൽ ജനിച്ചു. കോഴിക്കോട് ഗുരുവായൂരപ്പൻ കോളേജ്, പാലക്കാട് വിക്ടോറിയ കോളേജ് എന്നിവിടങ്ങളിൽ വിദ്യാഭ്യാസം പൂർത്തിയാക്കി. മലയാളത്തിലെയും ഇംഗ്ലീഷിലെയും നിരവധി പ്രസിദ്ധീകരണങ്ങളിൽ ലേഖകനായും പത്രാധിപരായും പ്രവർത്തിച്ചിട്ടുണ്ട്. ഇന്ത്യൻ ദേശീയ ചലച്ചിത്ര മേളയുടെ അവാർഡു കമ്മിറ്റി അംഗം, ഇന്ത്യൻ പനോരമ ചലച്ചിത്ര തിരഞ്ഞെടുപ്പ് കമ്മിറ്റി അംഗം എന്നീ നിലകളിൽ പ്രവർത്തിച്ചു. പത്തോളം സിനിമകൾക്ക് തിരക്കഥയും സംഭാഷണവും നിർവ്വഹിച്ചു. നാല് സിനിമകൾ സംവിധാനം ചെയ്തു. കേന്ദ്ര സാഹിത്യ അക്കാദമി പുരസ്കാരം, കേരള സാഹിത്യ അക്കാദമി പുരസ്കാരം, മൂർത്തീദേവി പുരസ്കാരം, വയലാർ അവാർഡ്, പണ്ഡിറ്റ് കറുപ്പൻ പുരസ്കാരം തുടങ്ങി നിരവധി അവാർഡുകൾ ലഭിച്ചു. 2010 ൽ കേരള സാഹിത്യ അക്കാദമി വിശിഷ്ടാംഗത്വം നല്കി ആദരിച്ചു. 2016 ൽ എഴുത്തച്ഛൻ പുരസ്കാരത്തിന് അർഹനായി.

തീക്കടൽ കടഞ്ഞ് തിരുമധുരം, ഉള്ളിൽ ഉള്ളത്, ഇനിയൊരു നിറകൺചിരി, മുൻപേ പറക്കുന്ന പക്ഷികൾ, കരൾ പിളരും കാലം, എല്ലാം മായ്ക്കുന്ന കടൽ, ഇവിടെ എല്ലാവർക്കും സുഖം തന്നെ, സ്പന്ദമാപിനികളേ നന്ദി, പുള്ളിപ്പുലികളും വെള്ളിനക്ഷത്രങ്ങളും തുടങ്ങി നാല്പതിലധികം കൃതികൾ.

ഉള്ളടക്കം

കഥകൾ

അവിടെ സുഖമാണ് 11
മരിച്ചുപോയാലത്തെ കാര്യങ്ങൾ 15
സ്വാതന്ത്ര്യത്തിന്റെ വരവും പോക്കും 19
ആ കാര്യം തീർച്ചയായി 22
ഗുരു ദേവോ ഭവ 27
നിദ്രാനീതി 30
കൊറോണോപനിഷത്ത് 35

കവിതകൾ

നാണം വേണ്ടേ! 48
ഞാൻ ആരെന്ന് പറയാമോ? 49
നൂത്ത 50
വരിനെൽചൊല്ല് 52
പൊന്നാനിയിലെ ചിരഞ്ജീവി 54
മുക്തി 56

ലേഖനങ്ങൾ

മണി മുഴങ്ങുന്നത് ആർക്കുവേണ്ടി? 60
ചെറിയ വലുതുകളുടെ പെരുമാൾ 63
ഓർക്കുന്നെങ്കിൽ ശരിയായി ഓർക്കുക! 65
തീരുമാനം വൈകരുതാത്ത ഒരു കാര്യം 67

പ്രകാശ(ന)ത്തിന്റെ പുകിലുകൾ 70
ഇരുട്ടിൽ അല്പം വെളിച്ചം 75
ഒന്നാന്തരം തന്നെ! 77
ഒരു മനോഹര ദിവസം 78
ഞാൻ ധീരനായ കഥ 80
അപൂർവ്വശോഭയുള്ള അസ്തമയം 82
എത്ര മായ്ച്ചാലും മായാത്ത നിറനർമ്മച്ചിരി 85
സ്വപ്നം: മോക്ഷത്തിലേക്കുള്ള ഗോപുരവാതിൽ 87
മനവും മതവും മദവും മറ്റും 93
ആദ്യവസാനമില്ലാത്ത കാരുണ്യപ്രവാഹം 95
തുടക്കം നന്നായാൽ 99
ചെങ്കോൽ എന്ന ദുരന്തവടിയെക്കുറിച്ച് 101
തീയും മനുഷ്യനും തമ്മിൽ 106
അനുഗ്രഹദിനം 108
അറിവ് കച്ചവടമാകുമ്പോൾ 111
കൃഷിഭൂമിയുടെ യഥാർത്ഥ അവകാശികൾ 113
ഒരേ ഒരാൾ 115
പ്രപഞ്ചത്തെ ശരിയായി അറിയാൻ 118
നന്ദി ചൊല്ലേണ്ടു നാം! 125
പ്രാണന്റെ നാക്ക് സ്വയം അറിയുമ്പോൾ 127
കലകളും കാലക്കേടും 135

പ്രസാധകക്കുറിപ്പ്

മലയാള നോവൽ സാഹിത്യശാഖയിൽ ഏറ്റവും തലയെടുപ്പുള്ള എഴുത്തുകാരിലൊരാളാണ് സി രാധാകൃഷ്ണൻ. രചനാതന്ത്രങ്ങളിലും ആഖ്യാനങ്ങളിലും മുൻപേ പറന്ന പക്ഷിയാണദ്ദേഹം. അമ്പരപ്പിക്കുന്ന ആഴവും പരപ്പും ഒരുപോലെ അദ്ദേഹത്തിന്റെ കൃതികൾക്കുണ്ട്.

മലയാളസാഹിത്യത്തിന്റെ പരിണാമ വഴികളിൽ അടയാളപ്പെടുത്തപ്പെട്ട ഈ എഴുത്തുകാരന്റെ വളരെ വ്യത്യസ്തമായ ഒരു സമാഹാരമാണ് ഈ പുസ്തകം.

സി രാധാകൃഷ്ണന്റെ മൗലിക നിരീക്ഷണങ്ങൾ വ്യത്യസ്ത ആഖ്യാനങ്ങളായി – കഥയായും കവിതയായും കുറിപ്പുകളായും – ഇവിടെ ഒരു പുസ്തകത്തിൽ ആവിഷ്കരിക്കപ്പെട്ടിരിക്കുന്നു. ഇതിലോരോന്നും വളരെ വൈവിദ്ധ്യമാർന്ന വിഷയങ്ങളിലേക്ക് വിരൽചൂണ്ടുന്നു. ഈ സർഗ്ഗപ്രതിഭയുടെ ചിന്താലോകം ഇവിടെ സ്വതന്ത്രമായ ആവിഷ്കാരം തേടുന്നു.

ചിന്ത പബ്ലിഷേഴ്സ്

കഥകൾ

അവിടെ സുഖമാണ്

കിടന്ന കിടപ്പിൽ അയാൾ ഒരുപാട് സ്വപ്നങ്ങൾ കണ്ടു. വളരെയേറെ കാര്യങ്ങൾ ആലോചിച്ചു. പക്ഷേ, ഒന്നിനും ഒരു തീരുമാനവും ആയില്ല.

ഇപ്പോൾ തലവേദനയും അല്പം പനിയും തൊണ്ടവേദനയും ചെറിയ ചുമയും മാത്രമേയുള്ളൂ. ഉറക്കം കുറവുണ്ട്, വിശപ്പില്ലായ്മയും ഉണ്ട്. എപ്പോഴാണ് ശ്വാസംമുട്ടൽ വരിക എന്ന് അറിയില്ല എന്നുള്ള പേടിയും കൂട്ടത്തിലുണ്ട്.

കാര്യമായി ആലോചിച്ചത് മനുഷ്യൻ എന്ന മഹാമണ്ടനെക്കുറിച്ചാണ്, താനുൾപ്പെടെ. കേട്ടാലും കണ്ടാലും കൊണ്ടാൽപോലും അറിയാത്ത ഒരേയൊരു ജീവി ഭൂമുഖത്ത് മനുഷ്യനാണ് എന്ന് കണ്ടെത്തി.

ആ തോന്നലിന് പിൻബലമേകാൻ ഒരു കഥയും ഓർമ്മ വന്നു. ഒരു കൃഷിക്കാരന്റെ കഥ. നെൽവയൽ വിളഞ്ഞപ്പോൾ ഒരുപാട് എലികൾ അവിടം താവളമാക്കി. വയലിൽ മാളങ്ങൾ ഉണ്ടാക്കി അതിനകത്തേക്ക് കതിരുകൾ വെട്ടി കൊണ്ടുപോയി: ആകപ്പാടെ കൃഷിക്ക് വലിയ നാശം വരുത്തി.

കൃഷിക്കാരൻ പഴയ രീതിയിലുള്ള ഒരു എലിപ്പത്തായം ഉണ്ടാക്കി. കുറേയേറെ എലികൾ ഒന്നിച്ച് കുടുങ്ങാനുള്ള ഉപായം ആയിരുന്നു അത്. വലിയൊരു കമ്പിക്കൂടാണ് ആ പത്തായം. അകത്തേക്ക് കയറിയാൽ എലിക്ക് പുറത്തേക്ക് ഇറങ്ങാൻ പറ്റില്ല. അപ്പോൾ ഒന്നിന് പിന്നാലെ ഒന്നായി കുറെ എലികൾ വന്നു കയറുമല്ലോ.

വന്നു കയറുകയും ചെയ്തു. ആദ്യത്തെ ദിവസം അഞ്ചെട്ട് എലികൾ പെട്ടു. ഒരു വലിയ കുടുംബമൊന്നിച്ച്. സന്തോഷമായി, കൃഷിക്കാരന്. അഞ്ചുപത്തുദിവസംകൊണ്ട് എലികളുടെ ശല്യം തീർക്കാം എന്ന് അദ്ദേഹം വിചാരിച്ചു.

പക്ഷേ, പിറ്റേന്ന് മുതൽ ഒരു എലിയും അതിനകത്ത് കയറിയില്ല. കതിരുവെട്ട് അപ്പോഴും തുടർന്നു. വയലിൽ പിന്നെയും ധാരാളം എലികളുണ്ടായിട്ടും ഒന്നും കൂടിനകത്ത് കയറാത്തത് എന്താണ് എന്ന് അയാൾ അമ്പരന്നു. എത്ര ആലോചിച്ചിട്ടും പിടി കിട്ടിയില്ല. അയാൾ ഗ്രാമത്തിലെ ഏറ്റവും ബുദ്ധിയുള്ള ആൾ എന്ന് കരുതപ്പെടുന്ന വയോവൃദ്ധന്റെ സഹായം തേടി.

കഥ കേട്ട് അദ്ദേഹം ചിരിച്ചു: 'എലികൾക്ക് നമ്മെക്കാൾ ബുദ്ധിയുണ്ട്. കുടുങ്ങിക്കിടക്കുന്ന കുടുംബത്തെ ബാക്കിയുള്ളവർ കണ്ടിരിക്കുമല്ലോ. ആ കണ്ട വിവരം നാലുപാടും പരന്നിരിക്കും. അതെങ്ങനെ എന്ന് അത്ഭുതം തോന്നാം. അവർക്കുമുണ്ട് അവരുടേതായ ഭാഷ. ചുരുക്കത്തിൽ, വയലിൽ ഉള്ള എല്ലാ എലികളും പാഠം പഠിച്ചു. ഇനി വേറൊരു തരം കെണി ഉണ്ടാക്കുകയോ അല്ലെങ്കിൽ പാമ്പ് പോലെയുള്ള ഏതെങ്കിലും ജീവിയെ അവിടെ കൊണ്ടുവന്നു പാർപ്പിക്കുകയോ വേണ്ടിവരും. അവയൊക്കെ തനിയെ വന്നു കൂടാനും ഇടയുണ്ട്. ആഹാരം കിട്ടുന്ന സ്ഥലം അറിയാൻ അവർക്കും കഴിവുണ്ടല്ലോ!'

സമൂഹബോധം വളർത്താൻ എലികൾക്കുള്ള കഴിവ് പോലും മനുഷ്യർക്ക് ഇല്ല എന്നോർത്താണ് അയാൾ കോവിഡ് ബാധിച്ച് കിടന്ന കിടപ്പിൽ ചിരിച്ചത്.

മറ്റു മനുഷ്യരിൽനിന്ന് മാത്രം പകർന്നു കിട്ടാവുന്ന ഒരു രോഗം. ഇതര ജീവജാലങ്ങളിലൂടെ ഒന്നും ഇത് പകരില്ല. അടുത്തിടപഴകുന്നതിലൂടെയും ശരീര സ്പർശത്തിലൂടെയും മാത്രമാണ് വ്യാപനം. ജീവിക്കാൻ മനുഷ്യദേഹങ്ങൾ കിട്ടിയാൽ അല്ലാതെ ഈ വൈറസിന് കഴിഞ്ഞുകൂടാൻ പറ്റില്ല. അതായത് ഒരു പത്ത് പതിനഞ്ച് ദിവസം എല്ലാവരും ഒരുമിച്ച്, മുൻകരുതലുകളായി പറയപ്പെടുന്ന കാര്യങ്ങളൊക്കെ ശ്രദ്ധിക്കുകയാണെങ്കിൽ ഈ രോഗം വേരറ്റു പോവുക തന്നെ ചെയ്യും! ഇങ്ങനെയാണ് വാസ്തവമെന്നാലും ഈ ലോകത്ത് ലക്ഷക്കണക്കിന് ആളുകൾ മരിച്ചുകൊണ്ടിരിക്കുന്നു! ഇതാ, താൻ പോലും കിടപ്പിലായിപ്പോയി.

എലിക്കെണി ഇല്ലാതാക്കാൻ എലിക്ക് കഴിയില്ല എന്ന് പറയുന്നതുപോലെ തന്നെയാണ്, ഈ വൈറസിനെ ഇല്ലാതാക്കാൻ മനുഷ്യർക്ക് കഴിയുകയില്ല. രണ്ടുവർഷം പരിശ്രമിച്ചിട്ടും മരുന്നുണ്ടാക്കാൻ കഴിഞ്ഞിട്ടില്ല. നിരോധനമരുന്നുതന്നെ 100%വും ഫലപ്രദമാകുന്നില്ല. പക്ഷേ, കെണിയിൽ കയറാതിരിക്കാൻ കഴിയുമല്ലോ!

ശീലങ്ങളും പതിവുകളുമാണ് മുഖ്യ തടസ്സം. എനിക്കൊരു ചുക്കും വരില്ല എന്ന് ഓരോരുത്തരും കരുതുന്നു. മറ്റു പലർക്കും പലേടത്തും പലതും വന്നിട്ടും എനിക്കൊന്നും വന്നില്ലല്ലോ, പിന്നെയല്ലേ ഇത് എന്നാണ്. തനിക്കും ഈ വിചാരം ഇല്ലാതിരുന്നില്ല എന്ന് അയാൾ കണ്ടു.

അറിഞ്ഞോ അറിയാതെയോ മറ്റുള്ളവരും കാര്യമായ വിഷമങ്ങൾ സൃഷ്ടിക്കുന്നുണ്ട്. സ്വന്തക്കാരും പരിചയക്കാരും ഉദാഹരണം. ഒരിടത്തുനിന്നു കിട്ടിയത് പലയിടത്തും വിതരണം ചെയ്യുന്നു.

കൂടുതൽ വിഷമങ്ങൾ എന്തെങ്കിലും വരുന്നതുവരെ ഇവിടെ വീട്ടിൽ ത്തന്നെ നില്ക്കാമെന്ന് തീരുമാനിച്ചിരിക്കയാണ്, മുകളിലെ മുറിയിൽ അടച്ചു കഴിയുന്നു.

ഇങ്ങോട്ട് വരേണ്ട എന്ന് പറഞ്ഞതിന് അമ്മ കരയുന്നു. രോഗം വന്നാലും ഞാൻ വരുമെന്ന് ഭാര്യ ശഠിക്കുന്നു. ഇങ്ങനെയൊക്കെയാണ് നമ്മുടെ സ്നേഹം. വേണ്ടതും വേണ്ടാത്തതും തിരിച്ചറിയാൻ കഴിയാതെ പോകുന്നു. ഇതു പക്ഷേ, സ്നേഹം യഥാർത്ഥത്തിൽ ഉള്ളതുകൊണ്ട് തന്നെയാണ്.

ഇല്ലാത്ത സ്നേഹം ഉണ്ടെന്നു തെളിയിക്കാൻ വരുന്നവരാണ് കൂടുതൽ വിഷമമുണ്ടാക്കുന്നത്. സഹപ്രവർത്തകരിൽ ചിലർ വന്നു ചോദിക്കുന്നു, സാർ ഒരു വിഷമാവസ്ഥയിൽ ആകുമ്പോൾ വരാതിരിക്കുന്നത് എങ്ങനെ? ഉവ്വ്, ഇത്തരക്കാരിൽ ചിലർക്കെങ്കിലും യഥാർത്ഥമായ താല്പര്യം ഉണ്ടാകാമെന്ന് നിശ്ചയം. പക്ഷേ, മിക്കവരും വെറുംവാക്കാണ് പറയുന്നത്. നാളെ മുതലെടുക്കാൻ ഒരു നിക്ഷേപം നടത്തുകയാണ്.

എന്നാലോ വന്നവരാരും വെറുതെ പോവുകയുമില്ല. പലതരം ഒറ്റമൂലികൾ നിർദ്ദേശിക്കും, ഡോക്ടർമാരെ പറയും, ഭക്ഷണരീതികൾ വിവരിക്കും, സർവ്വോപരി വെറുതെ സങ്കടം നടിക്കുകയും ചെയ്യും.

രാത്രിയിലാണ് പ്രയാസം. ഉറക്കം വളരെ കുറവ്. പോസിറ്റീവായി ആലോചിക്കണമെന്ന് നിശ്ചയിക്കുംതോറും നെഗറ്റീവ് ആയി മാത്രമാണ് ആലോചന വരിക. മരണത്തിന്റെ കാര്യം ഉദാഹരണം. ഈ രോഗം ബാധിക്കുന്നവരിൽ വളരെ കുറച്ച് പേരേ മരിക്കൂ എന്ന കാര്യം തീർച്ചയാണ്. പക്ഷേ, അത്രയും പേർ മരിച്ചിരിക്കും എന്ന കാര്യം അത്രയുംതന്നെ തീർച്ചയാണ്. അതിൽ ഒരാൾ താൻ ആവില്ല എന്ന് കരുതാൻ ഒരു ന്യായവുമില്ല. പ്രത്യേകിച്ചും ആരെ ഏത് രീതിയിലാണ് ഈ രോഗം ബാധിക്കുക എന്ന് മുൻകൂട്ടി പറയാൻ ഇപ്പോഴും ആർക്കും കഴിയാത്ത സാഹചര്യത്തിൽ.

ഈ മരണം മഹാ ദാരുണവും ആയിരിക്കും. തീർത്തും ഒറ്റപ്പെട്ട അവസ്ഥയിലാണ് യാത്ര പറയേണ്ടത്. അഥവാ, ആരോടും യാത്ര പറയാൻ ഇല്ല. ശ്വാസം മുട്ടി വേണം മരിക്കാൻ. പ്രാണവായു കിട്ടിയാലും കിട്ടിയതത്രയും മതിയാകാത്ത അവസ്ഥയുണ്ടാകും.

മരിച്ചാൽ തൊടാൻ ആരും വരില്ല. തൊടാൻ എന്നല്ല കാണാൻ പോലും ആരും വരില്ല.

ഇതൊക്കെ വിചാരിച്ച് കിടക്കെയാണ് മുത്തശ്ശി വടിയും കുത്തി വന്നത്. വാതിൽ അടച്ചിരിക്കുകയാണ്, എങ്ങനെ അകത്തു വന്നു എന്നറിയില്ല. എപ്പോഴും ഉള്ള ചിരി കൂടുതൽ വിടർന്നിട്ടുണ്ട് ഇപ്പോൾ. തൂങ്ങിയാടുന്ന തോടക്കാതുകളും മുഴുവൻ നരച്ച സമൃദ്ധമായ മുടിയും കഴുത്തുകുഴിയിലെ രുദ്രാക്ഷവും അതുപോലെ തന്നെ ഉണ്ട്.

“നീ എന്തിനാ വിഷമിക്കണത്, ഞാൻ ഇല്ല്യെ അവടെ! ഇവടെ സുഖാണേയ്. ഒരുവിധ ആല ശീലങ്ങളും ഇല്ല. വേദനകളോ രോഗങ്ങളോ

വരില്ല. ഒന്നിനും ക്ഷാമമില്ല. ചോദ്യം ചോദിക്കാൻ ആരുമില്ല. ടെസ്റ്റുകളും പരീക്ഷകളും വിചാരണകളും ഒന്നുംതന്നെ ഇല്ല. മാത്രമല്ല മരണവുമില്ല! എന്റെ കുട്ടി വാ, നമുക്ക് പോകാം അങ്ങോട്ട്."

"പക്ഷേ, മുത്തശ്ശി അമ്മുക്കുട്ടിയും കുട്ടികളും..... അവരെ ആര് കാക്കും?"

"എടാ വങ്കച്ചാരെ, അവരും നാളെ അവിടേക്ക് തന്നെ വരും!"

"കുട്ടികൾ എങ്ങുമെത്തിയില്ലല്ലോ."

"പേടിക്കേണ്ട, പല്ലി പോയാലും അട്ടം വീഴില്ല!"

എപ്പോഴാണ് ഒന്ന് മയങ്ങിയത് എന്ന് ഓർമ്മയില്ല. ഉണർന്നപ്പോൾ തനിച്ചാണ്.

പിന്നെയും പല രാത്രികളിൽ മുത്തശ്ശി വന്ന കാര്യം ആരോടും പറഞ്ഞില്ല. മരിച്ചു പോയവരെ സ്വപ്നം കാണരുത് എന്നാണ് പഴമൊഴി.

എന്തായാലും രോഗം മാറിയപ്പോഴേക്ക് മുത്തശ്ശി അയാളെ ഒരുപാട് കാര്യങ്ങൾ പഠിപ്പിച്ചു. എന്തിനേറെ, മരിച്ചുപോയാലും കുഴപ്പമൊന്നും വരാനില്ല എന്നുവരെ അയാൾക്ക് ബോദ്ധ്യപ്പെട്ടു!

അപ്പോഴും പക്ഷേ, തനിക്ക് ഈ രോഗം തന്നവനെ കണ്ടുകിട്ടിയാൽ പറയാനുള്ള രണ്ടു വാക്ക് അയാൾ കരുതിവെച്ചുമിരുന്നു!

മരിച്ചുപോയാലത്തെ കാര്യങ്ങൾ

കുട്ടിക്ക് സ്വർഗ്ഗത്തിൽ പോകണം എന്ന് അതിയായ മോഹം തോന്നി. നാലാം ക്ലാസിലെ രണ്ടാമത്തെ ബെഞ്ചിൽ ഒരുമിച്ചിരുന്ന കുഞ്ഞിക്കുട്ടനിൽനിന്ന് പകർന്നു കിട്ടിയതാണ് ഈ മോഹം. പോകേപ്പോകെ അതു ശക്തമായി.

ഒരുദിവസം സ്വർഗ്ഗത്തെയും നരകത്തെയുംകുറിച്ച് മാഷ് ക്ലാസിൽ വിസ്തരിച്ച് പറയുകയുണ്ടായി. ആ പറഞ്ഞതൊക്കെ എല്ലാവരെയും അത്ഭുതപ്പെടുത്തി. എങ്കിലും അത് കൂടുതൽ ബാധിച്ചത് കുഞ്ഞുക്കുട്ടനെയാണ്. സ്വർഗ്ഗത്തിൽ പോകണം എന്ന് അവന് അതിയായ മോഹം തോന്നി. ഒളിപ്പിച്ചുവെച്ച ആ മോഹം അവൻ പങ്കിട്ടത് ഈ കുട്ടിയുമായി മാത്രമാണ്.

പിന്നെ അവർ ഇരുവരും അത് സാധിക്കാൻ ഉള്ള വഴികളെക്കുറിച്ച് ആലോചിച്ചു. മരിച്ചവരേ സ്വർഗ്ഗത്തിലോ നരകത്തിലോ പോവൂ എന്ന് മാഷ് പറഞ്ഞിരുന്നു. മരിക്കുക എന്നാൽ എന്താണെന്ന് രണ്ടാൾക്കും അറിയില്ല. മാഷോട് ചോദിക്കാൻ ധൈര്യമില്ല. ചോക്കുകൊണ്ട് ബ്ലാക്ക് ബോർഡിൽ എഴുതുമ്പോഴും ഇടതുകൈയിലെ ചൂരലിലെ പിടി വിടാത്ത ആളാണ്.

അമ്മയോടു ചെന്നു ചോദിച്ചു. കേട്ട ഭാവം ഉണ്ടായില്ല.

ഒരിക്കൽക്കൂടി ചോദിച്ചപ്പോഴോ വേണ്ടത് കിട്ടി. സ്വർഗ്ഗത്തിൽ പോവാൻ എന്താ വഴി എന്ന ചോദ്യം കേട്ട് അമ്മ കുട്ടിയുടെ ചെവി പിടിച്ച് പ്രാണൻ പോകും മട്ടിൽ തിരിച്ചു. നരക വേദന. കുട്ടി അലമുറ കരഞ്ഞു.

വെള്ളക്കാർക്കെതിരെ പടപൊരുതാൻപോയ അച്ഛനോടാണ് അമ്മയുടെ ദേഷ്യം. അത് തീർക്കുന്നത് മറ്റുള്ളവരോടും.

മുത്തശ്ശനാണ് കുട്ടിയുടെ അവസാനത്തെ ആശ്രയം. മറ്റാരിൽനിന്നും മറുപടി കിട്ടാത്ത ചോദ്യങ്ങൾ ഒക്കെ കുട്ടി ചോദിക്കുന്നതും മുത്തശ്ശനോ

ടാണ്. പക്ഷേ, ഇപ്പോൾ മുത്തശ്ശൻ വയ്യാതിരിക്കുകയാണ്. വലിവാണ്. വാവ് അടുക്കുമ്പോൾ അത് വർദ്ധിക്കുന്നു.

എങ്കിലും കുട്ടി കണ്ണീരോടെ മുത്തശ്ശന്റെ അരികിൽ ചെന്നു വെറുതെ നിന്നു.

ശ്വാസം കഴിക്കാനുള്ള വിഷമത്തിനിടയിലും മുത്തച്ഛൻ കുട്ടിയെ പിടിച്ച് കട്ടിലിനോട് ചേർത്ത് നിർത്തി ചോദ്യാർത്ഥത്തിൽ മൂളി.

കുട്ടി ചോദിച്ചു, 'സ്വർഗ്ഗത്തിൽ പോകാൻ എന്താ ചെയ്യാ, മുത്തശ്ശാ?'

പണിപ്പെട്ടാണെങ്കിലും ഒരു പുഞ്ചിരിയോടെ മുത്തശ്ശൻ പറഞ്ഞു, 'അതിനെന്താ പ്രയാസം, എന്റെ അരികിൽ ഇവിടെ കണ്ണടച്ച് കിടന്നോളൂ.'

കുട്ടി കിടക്കയുടെ ഓരത്ത് മുത്തശ്ശനോട് ചേർന്ന് കിടന്നു. രണ്ടു കണ്ണും മുറുകെ അടച്ചു. മുത്തശ്ശൻ കുട്ടിയുടെ പുറം പതുക്കെ തടവി.

ഏതാനും നിമിഷംകൊണ്ട് കുട്ടിയും മുത്തശ്ശനും സ്വർഗ്ഗത്തിലെത്തി. വലിയ ഉദ്യാനംപോലെ ഒരു സ്ഥലം. അത് സ്വർഗ്ഗം ആണെന്ന് ആരും പറയാതെ കുട്ടി അറിഞ്ഞു. കാരണം, മാഷ് പറഞ്ഞ എല്ലാ ലക്ഷണങ്ങളും അവിടെ തെളിഞ്ഞു കണ്ടു. നല്ല വെയിലുള്ള കാലമാണ്, ഇവിടെ പൂപോലെ നിലാവ് മാത്രം! വായുവിൽ കുളിർമയും സുഗന്ധവും. മനസ്സിൽ എപ്പോഴും സന്തോഷഭാവം. കാലുകൾ നിലത്തു വയ്ക്കുമ്പോൾ ഭൂമിയിൽ തൊടുന്ന പോലെ തോന്നുന്നില്ല. വായുവിൽ നടക്കുന്ന അനുഭവം!

നല്ല കാര്യങ്ങൾ ചെയ്തവരേ സ്വർഗ്ഗത്തിൽ എത്തു എന്ന് മാഷ് പറഞ്ഞിരുന്നു. അതുകൊണ്ടാകാം ചുറ്റുവട്ടത്ത് ഒന്നും മനുഷ്യരെ എന്നല്ല ഒരു ജീവജാലത്തെയും കണ്ടില്ല.

ഇവിടെ എന്താണ് മറ്റു ജീവജാലങ്ങൾ ഒന്നും ഇല്ലാത്തത്, ഒരു പൂമ്പാറ്റ എങ്കിലും ഉണ്ടായിരുന്നെങ്കിൽ എത്ര നന്നായിരുന്നു എന്ന് കുട്ടിക്കു തോന്നി. ഉടനെ ആ പരിസരം മുഴുക്കെ പൂമ്പാറ്റകളെക്കൊണ്ട് നിറഞ്ഞു. പലതരം പൂക്കൾ ഒരുമിച്ചു വിടർന്നടഞ്ഞുകൊണ്ട് പറക്കു ന്നതുപോലെ. അവയിൽ ചിലത് കുട്ടിയുടെ തലയിലും ചുമലുകളിലും വന്ന് സുഖമായി ഇരുന്നു!

മുത്തശ്ശൻ പറഞ്ഞു: 'നമ്മൾ ആഗ്രഹിച്ചാലേ ഇവിടെ എന്തെങ്കിലും ഉണ്ടാവൂ, ആഗ്രഹിക്കുന്നതെന്തും ഉണ്ടാവുകയും ചെയ്യും.'

വഴിയിൽ ഒരു വളവു തിരിഞ്ഞു കുറച്ചു ദൂരം മുന്നോട്ടു നടന്നപ്പോൾ ഒരു ജലധാരക്കുളത്തിന്റെ ചുറ്റുമുള്ള അരമതിലിന്മേൽ മാഷ് ഇരിക്കുന്നു. ഇപ്പോഴും ഉണ്ട് ആ ചൂരൽ കൈയിൽ. വലതുകൈയിൽ തന്നെയാണ്. സ്വന്തം ഇടതു തുടയിൽ ചൂരൽ കൊണ്ട് അടിച്ചു രസിച്ചുകൊണ്ടിരി ക്കുന്നു! തമാശയായി ഒന്നുമല്ല, കാര്യമായി തന്നെയാണ് അടി. ഓരോ അടിയും ആഞ്ഞുതന്നെയാണ് വീഴുന്നത്. അപ്പോഴും പക്ഷേ, മാഷ് ചിരി ക്കുകയാണ്.

മാഷ് അവിടന്നെണീറ്റ് അവർക്ക് നേരെ നടന്നുവരുന്നത് കണ്ട് കുട്ടിക്ക് പേടിയായി. കുട്ടി മുത്തച്ഛനോട് കൂടുതൽ ചേർന്ന് നിന്നു.

മുത്തച്ഛൻ തുടർന്നു: 'പേടിക്കേണ്ട, മാഷ് ഒന്നും ചെയ്യില്ല. അഥവാ

രണ്ട് അടി തന്നാലും കുഴപ്പമൊന്നുമില്ല. എന്തുകൊണ്ടെന്നാൽ, ഇവിടെ വേദന എന്ന ഒന്ന് ആർക്കും ഒരിക്കലും ഇല്ല. ഈ മാഷ് മാത്രമല്ല നല്ലതു ചെയ്ത എല്ലാ ജീവജാലങ്ങളും ഇവിടെ ഉണ്ട്. കാണണമെന്ന് കരുതിയാലേ കാണൂ. വിശപ്പും ദാഹവും ഒന്നുമില്ല. അതിനാൽ തിന്നാനോ കുടിക്കാനോ ഒന്നും വേണ്ട. ശരിക്കു പറഞ്ഞാൽ ഒന്നും തന്നെ ഇല്ല, ഉണ്ടെന്ന് വെറുതെ തോന്നുന്നതാണ്. അഴുക്കോ വിയർപ്പോ ഒന്നുമില്ലാത്തതുകൊണ്ട് കുളിയും ശുചീകരണവും വേണ്ട. ഇവിടെ എവിടെയും കിടന്നുറങ്ങാം. അല്ല വീട്ടിൽതന്നെ കിടന്നുറങ്ങണം എന്ന് നിർബ്ബന്ധമാണെങ്കിൽ ഏതു തരം വീട് എന്ന് സങ്കല്പിക്കുക മാത്രമേ വേണ്ടൂ. ഉടനെ അത് ഉണ്ടായിക്കിട്ടും.'

"ഇവിടെ സ്കൂളില്ലേ, മുത്തശ്ശാ?"

"ഇല്ലല്ലോ! പരീക്ഷയും ഇല്ല. പഠിക്കണം എന്നു വിചാരിച്ചാൽ നിമിഷംകൊണ്ട് എന്തും പഠിക്കും!"

"കളിക്കാൻ എന്ത് ചെയ്യും?"

"കളിക്കണം എന്ന് വിചാരിച്ചാൽ എന്തു കളിക്കുള്ള വേദിയും ഉടനെ സംഭവിക്കും. ഒരു കളിയിലും ഒരിക്കലും ആരും തോല്ക്കില്ല."

"തോല്ക്കുന്നതാണ് സന്തോഷം എങ്കിലോ മുത്തശ്ശാ?"

"അങ്ങനെ മതി എന്നു വിചാരിക്കുകയേ വേണ്ടൂ."

കുഞ്ഞുക്കുട്ടൻ ഇവിടെ വേണമെന്ന് കുട്ടി വിചാരിച്ചു. ഉടനെ കുഞ്ഞുക്കുട്ടൻ എത്തി. അവർ ഏറെ നേരം ഓടിയും ചാടിയും കളിച്ചു. നീന്തികളിക്കണം എന്ന് ആലോചിച്ചപ്പോൾ ഉടനെ ഒരു പൊയ്കയുണ്ടായി, അതിൽ ഒന്നാന്തരം വെള്ളവും. അവർ ഇഷ്ടപ്പടി നീന്തിത്തുടിച്ചു. മുങ്ങാംകുഴിയിട്ടും രസിച്ചു. ഈ തടാകം ഒന്ന് പ്രത്യേകം ആണ് എന്ന് അവർ കണ്ടു. എത്രനേരം മുങ്ങി കിടന്നാലും ശ്വാസം മുട്ടില്ല!

ഇതൊക്കെ കണ്ട് മുത്തശ്ശൻ അപ്പുറത്ത് മാറി ഇരുന്നു. ഇപ്പോൾ വലിവില്ല.

നേരം കുറെ ആയില്ലെ എന്താണ് സന്ധ്യയാകാത്തത് എന്ന് കുട്ടി ആലോചിച്ച നിമിഷത്തിൽ മാനത്ത് നക്ഷത്രങ്ങൾ പ്രത്യക്ഷപ്പെട്ടു. പക്ഷേ, എത്ര കഴിഞ്ഞിട്ടും ഉറക്കം വന്നില്ല.

ഇഷ്ടമുള്ള തീൻപണ്ടങ്ങളൊക്കെ കഴിക്കാനുള്ള അവസരമായി. എത്ര കഴിച്ചിട്ടും വയറു നിറയുകയോ വിഭവങ്ങൾ തീർന്നു പോവുകയോ ചെയ്തില്ല. അവസാനം, അതും മടുത്തു, നിർത്തി.

ഇനി എന്ത് ചെയ്യണം എന്ന് ആലോചിച്ചിട്ട് കുട്ടിക്ക് ഒന്നും കണ്ടുകിട്ടിയില്ല. ആശിക്കുന്ന എല്ലാതും നടക്കുന്നു. ഇനി എന്ത് ആലോചിക്കണമെന്നറിയാതായി.

കുട്ടിക്ക് ഈ പൊറുതി മതിയായി.

കുഞ്ഞുക്കുട്ടൻ പറഞ്ഞു, "എന്റെ അമ്മയ്ക്ക് ഒരു സ്വർണ്ണമാല വേണം. അത് അമ്മയുടെ വലിയ ആഗ്രഹമാണ്."

ഉടനെ വന്നു വീണു കുഞ്ഞുക്കുട്ടന്റെ കഴുത്തിൽ ആ കഴുത്ത്

കുനിയുന്നത്ര ഭാരമുള്ള ഒരു സ്വർണ്ണച്ചങ്ങല!

അതുകണ്ട് മുത്തശ്ശൻ ചിരിച്ചു, "ഇവിടേക്ക് ഒന്നും കൊണ്ടുവരാൻ കഴിയാത്തപോലെ ഇവിടന്ന് ഒന്നും എവിടേക്കും കൊണ്ടുപോകാനും കഴിയില്ല."

"മതി മുത്തശ്ശാ, നമുക്ക് പോകാം," കുട്ടി മുത്തശ്ശന്റെ വിരലിൽ തൂങ്ങി.

"ശരി," മുത്തശ്ശൻ പറഞ്ഞു, "ഇനി കണ്ണു തുറന്നുകൊള്ളൂ."

'ഒന്നും കഴിക്കാതെ ഉറങ്ങി അല്ലേ! ഞാൻ ദേഷ്യപ്പെട്ടു, വെറുതേ' എന്ന് അമ്മ സങ്കടം പറയുന്നത് കേട്ടാണ് കണ്ണ് തുറന്നത്.

വലിവ് കൊണ്ട് പ്രയാസപ്പെടുന്നതിനിടെ മുത്തശ്ശൻ പറഞ്ഞു, "ഞങ്ങൾ സ്വർഗ്ഗത്തിൽ ആയിരുന്നു."

ഉടനെ അമ്മയുടെ കണ്ണുകൾ നിറഞ്ഞു, തൊണ്ടയിടറി, "അച്ഛൻ എന്തിനാ മരിച്ചുപോയാലത്തെ കാര്യങ്ങൾ...."

സ്വാതന്ത്ര്യത്തിന്റെ വരവും പോക്കും

അധികാരത്തിലിരിക്കുന്ന ഒരാളും അധികാരം പോകുമെന്ന് ഒരിക്കലും വിചാരിക്കാറില്ലല്ലോ. ഇയാളും ഒട്ടും വിചാരിച്ചില്ല.

ആരൊക്കെ എന്തൊക്കെ പറഞ്ഞാലും ഏതു ഗാന്ധി എത്ര കാലം നിരാഹാരം കിടന്നാലും ബ്രിട്ടീഷുകാർ ഒഴിഞ്ഞുപോകുമെന്ന് ചിന്തിക്കാൻ വഴിയില്ലായിരുന്നു. രണ്ടാം ലോകമഹായുദ്ധം അവർ ജയിക്കുകകൂടി ചെയ്തപ്പോൾ ആ കാര്യം ഒന്നുകൂടി തീർച്ചയായതുമാണ്.

പക്ഷേ, അത് സംഭവിച്ചു. ഇനി നിങ്ങൾ ഭരിച്ചാൽ മതി എന്ന് അവർ പറഞ്ഞു! ആര് ഭരിക്കുമെന്ന് ആർക്കും നിശ്ചയമില്ലായിരുന്നു. ആളും നാഥനും ഇല്ലാതായാൽ ഈ നാടിന്റെ അവസ്ഥ ഊഹിക്കാൻ കഴിയാതെ എല്ലാവരും നടുങ്ങി. അങ്ങനെ നടുങ്ങിയവരിൽ മുൻപന്തിയിൽ ആയിരുന്നു ഇയാൾ.

വെട്ടം പള്ളിപ്പുറം അംശം ദേശത്തെ പരമാധികാരി. നികുതി പിരിക്കാനെന്നല്ല കൊല്ലിനും കൊലയ്ക്കും അധികാരമുണ്ട്. ലൈസൻസ് ഉള്ള തോക്കുണ്ട്. ആളുകളെയും കന്നുകാലികളെയും പിടിച്ചുകെട്ടി ജയിലിൽ ഇടാം. ഇതിനായി 'ആൾ ആല'യും 'കാലി ആല'യും ഉണ്ട്. അടിപിടി മുതൽ കൊലപാതകംവരെ ഏതു കേസിന്റെയും പ്രാഥമിക വിചാരണ നടത്താം. ഒരു കാരണവും കൂടാതെയും ഒരുമാസം വരെ ആരെയും തടവിലിടാം. നൂറുറുപ്പിക വരെ പിഴ വിധിക്കാം. അംശക്കച്ചേരി എന്നാൽ കോടതി. ഇവിടെ തീരുമാനം ആകുന്ന ഏതു കേസ് മേൽക്കോടതിയിൽ വിചാരണയ്ക്ക് പോയാലും അധികാരിയുടെ തീർപ്പിന് വലിയ വിലയുണ്ടായി. വില്ലേജ് മുൻസിഫ് എന്ന സ്വന്തം പ്രതിനിധിക്ക് സായിപ്പ് തന്റെ അധികാരം പകുത്തു നല്കിയതായിരുന്നു.

ശമ്പളം ഒന്നുമില്ല. രാജ്യാധികാരം അല്ലേ, പിന്നെ എന്തിന് ശമ്പളം?

അന്യഥാ സമ്പത്തുള്ള വലിയ തറവാട്ടിലെ സന്തതി. തലയിൽ കെട്ടിയത് എടുക്കാതെയോ രണ്ടാം മുണ്ട് ചുമലിൽ നിന്ന് മാറ്റാതെയോ ആരും ആ പടിപ്പുര കയറാറില്ല. കാഴ്ച വെയ്ക്കാൻ എന്തെങ്കിലും കൈയിൽ കരുതാതെയും ആരും അങ്ങോട്ട് ചെല്ലാറില്ല. കൂടാതെ, ഏതു വീട്ടിൽ എപ്പോൾ കയറി ചെന്നാലും സംബന്ധം പറ്റില്ല എന്ന് ആരും പറയാറുമില്ല.

നിരത്തുവക്കിൽ ആണ് അംശക്കച്ചേരി. ദൂരയാത്രകൾ കുതിരവണ്ടിയിൽ ആണെങ്കിലും കച്ചേരിയിൽ പോകുന്നത് മഞ്ചലിൽ. വില്ലയിട്ട ശിപായി മുന്നിൽ നടക്കും. കോൽക്കാരൻമാർ എന്ന രണ്ട് കീഴ് ശിപായിമാർ പിന്നാലെയും. ഇവരുടെ കൈയിൽ ആറടി നീളമുള്ള വടികൾ ഉണ്ടാവും. ആയുധമായും ഭൂമി അളക്കാനും ഇത് ഉപയോഗിക്കും.

എതിരെ വരുന്ന ആളും വാഹനങ്ങളും വഴി ഒഴിയും. എല്ലാ ചലനവും സംസാരവും നിലയ്ക്കും.

എന്തെങ്കിലും ആവശ്യത്തിന് പൊലീസുകാർ ഇവിടെ വന്നാൽ ആദ്യം പോകേണ്ടത് അധികാരിയുടെ വീട്ടിലേക്കാണ്. അവിടെ ഒരു പുസ്തകത്തിൽ ഒപ്പു വെക്കണം. വന്നത് എന്തിനെന്ന് ഉണർത്തിക്കണം. അനുമതി വാങ്ങണം.

ആർക്കെങ്കിലും ആരെയെങ്കിലും പറ്റി വല്ല പരാതിയും ഉണ്ടെങ്കിൽ അധികാരിക്കാണ് അപേക്ഷ കൊടുക്കേണ്ടത്. സമക്ഷത്തിങ്കലെ തീർപ്പ് അവസാനത്തേതാണ്. അത് സമ്മതം അല്ലെങ്കിൽ പിന്നെ അന്യായക്കാരന് പോകാനുള്ളത് മുൻസിഫ് കോടതിയിലോ സബ് കോടതിയിലോ ആണ്. അവിടെയൊക്കെയോ, ന്യായാധിപൻ സായിപ്പാണ്. മലയാളം അറിയില്ല. കാര്യം പറഞ്ഞു ബോധിപ്പിക്കാൻ വക്കീലന്മാർ വേണം. വക്കീൽ ഗുമസ്തന് കൈനീട്ടം കൊടുത്ത് അന്യായം മുറപോലെ എഴുതിച്ച് വക്കീലിന്റെ ഫീസും അടയ്ക്കണം. സാധാരണക്കാർക്ക് സാധിക്കുന്ന കാര്യമല്ല.

നാട്ടിലുള്ള കള്ളന്മാരുടെ ആളും തരവും ഒക്കെ അധികാരിക്ക് നന്നായി അറിയാം. ഓരോരുത്തരും സ്പെഷ്യലൈസ് ചെയ്തിരിക്കുന്നത് ഏതിലാണെന്നും നല്ല നിശ്ചയം. മാത്രമല്ല മോഷണം ആയാലും പിടിച്ചുപറി ആയാലും അതിന്റെ മൂപ്പനോഹരി എത്തുന്നത് അധികാരിയുടെ വീട്ടിലാണ്. അതിനാൽ വളരെ വലിയ നഷ്ടം ഉണ്ടായില്ലെങ്കിൽ ആരും പരാതി പറയാറില്ല. അങ്ങനെയാണ് കള്ളവുമില്ല ചതിയുമില്ല എന്ന തരത്തിലുള്ള ഒരു പ്രദേശമായി ഞങ്ങളുടെ നാട് ഖ്യാതി നേടിയത്. പനപോലെ വളർന്നവരും അവരുടെ ശിഷ്യരായോ അല്ലാതെപോലുമോ മുതിർന്നു വരുന്നവരും ആയ എല്ലാ കുറ്റവാളികളെയും നിലയ്ക്ക് നിർത്തുന്ന വീരശൂരപരാക്രമിയായി അധികാരി അറിയപ്പെടുകയും ചെയ്തു. രക്ഷകൻ!

ജമാബന്തി എന്നൊരു ഏർപ്പാടുണ്ട് ആണ്ടിലൊരിക്കൽ. നികുതി പിരിവ് പൂർണ്ണമായോ എന്ന് പരിശോധിക്കാൻ തുക്ക്ടിയുടെ വരവ്. തുക്ക്ടി എന്നാൽ ഡെപ്യൂട്ടി കളക്ടർ സായിപ്പ്. അദ്ദേഹത്തിനു വേണ്ട

സുഖസൗകര്യങ്ങളൊക്കെ ഒരുക്കിക്കൊടുക്കുന്ന ചുമതലയുണ്ട്. അങ്ങനെ ഒരാളുടെ മുന്നിൽ മാത്രമേ അധികാരി വിനീത വിധേയനാകാറുള്ളൂ. അധികാരിയുടെ വീട്ടിലാണ് ക്യാമ്പ്. വീട്ടിലെ സ്ത്രീകളെ ഒക്കെ നേരത്തെ ബന്ധുവീടുകളിലേക്ക് മാറ്റും. എന്നിട്ടോ, കള്ളന്മാരും കൊള്ളക്കാരും ഉൾപ്പെടെയുള്ള സിൽബന്ധികൾ സായിപ്പിന് വേണ്ട എല്ലാ കാര്യങ്ങളും ഒരുക്കികൊടുക്കും. സായിപ്പ് സംതൃപ്തനായി മടങ്ങിയാൽ പിന്നെ ഒരാണ്ടുകാലത്തേക്ക് ആരെയും പേടിക്കേണ്ടതില്ല. പരിപൂർണ്ണ സ്വാതന്ത്ര്യമാണ്, തന്നിഷ്ടമാണ്. പരമസുഖം!

ഇങ്ങനെയൊരു അവസ്ഥയാണ് വെള്ളക്കാർ പോയതോടെ ഒരു ദിവസം പൊടുന്നനെ അവസാനിച്ചത്. എങ്ങനെ സഹിക്കാൻ!

ആലകളിൽനിന്നുള്ളത് ഉൾപ്പെടെ എല്ലാ വരുമാനവും പോയി. തന്റെ വിളവ് അന്യരുടെ കാലികൾ തിന്നാൽ കൃഷിക്കാർ അവയെ പിടിച്ചു കൊണ്ടുപോയി അധികാരിയുടെ അംശക്കച്ചേരിയിലെ ആലയിൽ കെട്ടുക പതിവാണ്. കാലിയുടെ ഉടമസ്ഥൻ ചെന്ന് പിഴയടച്ച് അതിനെ വിടുവിച്ച് കൊണ്ടുപോകണം. ഈ പിഴ ഉൾപ്പെടെയാണ് വരുമാനം അടഞ്ഞത്. സർക്കാരിലേക്ക് അടയ്ക്കേണ്ട തുകയാണ് എങ്കിലും അതൊന്നും സാധാരണയായി അവിടേക്ക് പോകാറില്ല. 'കാലിയാല പൂജ്യം', 'ആളാല പൂജ്യം' എന്ന് കണക്ക് എഴുതി വിടും.

സ്ഥാനം പോയതിന്റെ പിറ്റേന്ന് രണ്ടു കാര്യങ്ങൾ സംഭവിച്ചു. തറവാട് ഭാഗിക്കണം എന്നു പറഞ്ഞ് അനന്തരവൻമാർ വന്നു. നേരെ മുന്നിൽ വന്നു നില്ക്കാൻ ധൈര്യപ്പെടാത്തവരാണ് ഈ മഹാധീരതയ്ക്കു മുതിർന്നത്. കിരീടം പോയ രാജാവിന് വഴങ്ങേണ്ടിവന്നു. ഉടനെ ശരിയാക്കാം എന്ന് മറുപടി കിട്ടിയിട്ടേ എന്തിനും തയ്യാറായിവന്ന അവർ പോയുള്ളൂ.

ഇതിനേക്കാൾ ദാരുണമായത് മറ്റേ കാര്യമാണ്. പത്തായപ്പുരയുടെ നിലവറയിലാണ് അധികാരിയുടെ സമ്പാദ്യമായ പണവും സ്വർണ്ണവും സൂക്ഷിച്ചിരുന്നത്. ഇത് അറിയാവുന്ന കള്ളന്മാർ എല്ലാവരും ചേർന്ന് അത് മൊത്തമായി അടിച്ചുമാറ്റി!

അധികാരി അതു കണ്ടുവെന്നും തടയാൻ ശ്രമിച്ചു എന്നും ഒരു പക്ഷമുണ്ട്. ഇതേത്തുടർന്നാണ് അദ്ദേഹത്തെ കഴുത്തിൽ മുണ്ട് മുറുക്കി ശ്വാസം മുട്ടിച്ചുകൊന്ന് അട്ടത്തുനിന്ന് കെട്ടി തൂക്കിയത് എന്ന് പറയപ്പെടുന്നു. അല്ല അദ്ദേഹം സ്വയം തൂങ്ങിയതാണ് എന്നുമുണ്ട് ഒരു പക്ഷം.

അതിൽപ്പിന്നെ, തനിക്ക് കിട്ടിയ എന്തെങ്കിലും അധികാരം ശരി അല്ലാതെ ആരെങ്കിലും ഉപയോഗിച്ചു കണ്ടാൽ ഈ നാട്ടിൽ ഇപ്പോഴും ഉള്ള ഒരു ചൊല്ല് 'അധികാരിയുടെ ഗതി ഓർമ്മ ഉണ്ടായാൽ നന്ന്' എന്നാണ്.

പറഞ്ഞിട്ട് എന്ത് കാര്യം! ഈ ഭൂമിയിൽ ഏറ്റവും കൂടുതൽ ലഹരി ഉള്ളത് അധികാരത്തിനാണല്ലോ. അതിന്റെ എച്ചിൽ നക്കാൻ എങ്കിലും കിട്ടാൻ എന്താ കടിപിടി!

ആ കാര്യം തീർച്ചയായി

മഹാനഗരത്തിലെ തെരുവിൽ ഉറ്റ ചങ്ങാതിമാരായിരുന്ന രണ്ടു കുട്ടികൾ വളർന്നപ്പോൾ വലിയ ദാദാമാർ ആയി. അന്ന് ഏറ്റവും സമുന്നതനായി നഗരത്തിൽ ഒരു ദാദയേ ഉണ്ടായിരുന്നുള്ളൂ. ആ ദാദയുടെ കീഴിൽ ആയിരുന്നു ഇവരുടെ 'വിദ്യാഭ്യാസം.' പോക്കറ്റടി മുതൽ ഭവനഭേദനവും കൊലപാതകവുംവരെയുള്ള എല്ലാ 'കല'കളിലും ഇവർ പ്രാവീണ്യം നേടി. അവസാനം, ഗുരുവിനെ തട്ടിക്കളഞ്ഞ് എല്ലാം സ്വന്തമാക്കാൻ ഇരുവരും കൂടി തീരുമാനിക്കുകയും അത് കാര്യക്ഷമമായി നടപ്പിലാക്കുകയും ചെയ്തു. കുറ്റം തെളിയാതിരിക്കാനും ഉള്ള തെളിവുകൾ നശിപ്പിക്കാനും ഇവർക്ക് പൊലീസിന്റെ ആവശ്യം ഉണ്ടായി. അങ്ങനെ പൊലീസുമായി ഒത്തുകളിക്കാൻ കൂടി ഇവർ അന്നേ പഠിച്ചു.

നഗരത്തിലെ മുഴുവൻ കാര്യങ്ങളും തീരുമാനിക്കുന്നത് തങ്ങൾ ആകണമെന്ന് അവർ നിശ്ചയിച്ചു. അത് സാധിപ്പിക്കുകയും ചെയ്തു. കച്ചവടം പൊടിപാറി. ഇവർ ധനികരും ശക്തരുമായി.

അപ്പോഴാണ് ഒരു സംശയം ജനിച്ചത്: തങ്ങളിൽ ആരാണ് ഒന്നാമൻ? ഇരുവരുടെയും വിവാഹം കഴിഞ്ഞപ്പോഴാണ് ഈ പ്രശ്നം ഉണ്ടായത് എന്ന് പറയപ്പെടുന്നു. എന്നുവെച്ചാൽ പ്രശ്നം അടിസ്ഥാനപരമായി ഭാര്യമാരുടെ ആയിരുന്നു. അതുകൊണ്ടുതന്നെ അത് പെട്ടെന്നൊന്നും തീരുന്ന കാര്യമായിരുന്നില്ല. ഭർത്താക്കന്മാർക്ക് കുട്ടിക്കാലത്തെ ഉള്ള സൗഹൃദം ഒന്നും ഭാര്യമാർ തമ്മിൽ ഇല്ലായിരുന്നല്ലോ.

അങ്ങനെ ചെറിയ സൗന്ദര്യ പിണക്കങ്ങൾ ഉടലെടുക്കുകയും അത് കാലക്രമേണ വളർന്നു വലുതായി തീരുകയും ചെയ്തു. തമ്മിൽ വഴക്ക് പതിവായി. ആദ്യമാദ്യം അതൊക്കെ പറഞ്ഞുതീർക്കാൻ അവർക്ക് കഴിഞ്ഞിരുന്നു. പിന്നെ പിന്നെ കാര്യങ്ങൾ കൂടുതൽ വഷളായി. പറഞ്ഞു

തീർക്കാൻ കഴിയാത്ത വഴക്കുകൾ ഉണ്ടായി. അത് മൂത്ത് തമ്മിൽ ശകാരമായി. ശകാരം മൂത്ത് കൈയാങ്കളി വരെയായി.

ഈ വഴിത്തിരിവിനെ പൊലീസ് സ്വാഗതം ചെയ്തു. ഒന്നിച്ചു നില്ക്കുമ്പോൾ ഇവർ അജയ്യരായിരുന്നു. അതിനാൽ പൊലീസുകാർ മാധ്യസ്ഥം വഹിക്കാൻ തയ്യാറായി. സാമ്രാജ്യം രണ്ടായി പങ്കുവെച്ചു. നാനാവിധങ്ങളായ അതിർത്തികളെ ചൊല്ലി അപ്പോഴും തർക്കം നിലനിന്നു. ഇരുവരും തമ്മിലുള്ള ശത്രുതയും കാലംകൊണ്ട് വർദ്ധിച്ചുതന്നെ വന്നു. എങ്കിലും ഒരു ഘട്ടത്തിൽ പ്രായോഗികമായ ഒരു സന്ധി നിലവിൽ വരികയുണ്ടായി. നടുവിൽനിന്ന് പൊലീസും കാര്യം കണ്ടു. അനീതിയിൽനിന്നുള്ള എല്ലാ വരുമാനവും കൃത്യമായി മൂന്നായി പങ്കുവയ്ക്കാൻ തീരുമാനമായി. ഒരു പങ്ക് അധികാരികൾക്ക് വീതിച്ചു നല്കാനായി പൊലീസിന് സ്ഥിരമായി കിട്ടിക്കൊണ്ടിരുന്നു.

മയക്കുമരുന്നും സ്വർണ്ണകള്ളക്കടത്തുമായിരുന്നു ഏറ്റവും വലിയ കച്ചവടങ്ങൾ. ഓരോന്ന് ഓരോരുത്തർ ഏറ്റെടുത്തു. പോക്കറ്റടി മുതൽ കൊലപാതകം വരെയുള്ള കാര്യങ്ങൾ ടെറിറ്ററി തിരിച്ചു പങ്കിട്ടു.

കുറച്ചുകാലം അങ്ങനെ പോയി. അതിനിടെ പുതിയ അസുരവിത്തുകൾ നഗരത്തിൽത്തന്നെ മുളച്ചും പുറത്തുനിന്ന് ഒഴുകിവന്നും വളർന്നു. ഇവരെ നശിപ്പിക്കാനും അത് സാധിച്ചില്ലെങ്കിൽ സ്വന്തം കുടക്കീഴിൽ കൊണ്ടുവരാനും ഇവരിൽ ഓരോരുത്തരും ശ്രമിച്ചു. അങ്ങനെ രണ്ടു സംഘങ്ങളും വലുതായി, വരുമാനം വർദ്ധിച്ചു, സാമ്രാജ്യങ്ങൾ വികസിച്ചു, അത്രയ്ക്കത്രയ്ക്ക് ജനങ്ങൾക്ക് ജീവിതം പൊറുതിമുട്ടുകയും ചെയ്തു.

അതിർത്തികൾ പാലിക്കപ്പെടാതെ പോയപ്പോൾ വലിയ സംഘർഷങ്ങൾ തന്നെ ഉണ്ടായി. ക്വട്ടേഷനുകളുടെ കാര്യത്തിലാണ് ഈ പ്രശ്നം വലുതായത്. അപ്പുറത്തുള്ളവർ ഏറ്റെടുത്ത ക്വട്ടേഷൻ തടയാനുള്ള ക്വട്ടേഷനുകൾ ഇപ്പുറത്തുള്ളവർ ഏറ്റെടുത്തു. അറിയാതെ പറ്റിപ്പോയതാണ് എങ്കിൽ കാര്യം പറഞ്ഞുതീർക്കാൻ കഴിഞ്ഞു. പക്ഷേ, അറിഞ്ഞുകൊണ്ടുള്ള ഏർപ്പാടുകൾ ശരിയായ സംഘർഷത്തിലേക്ക് തന്നെ നയിച്ചു. ഈ സംഘർഷങ്ങളിൽ ഇരുവശത്തും ഒരുപാട് കഷ്ടനഷ്ടങ്ങൾ ഉണ്ടായി. ഇവയുടെ പേരിൽ കുടിപ്പകകളും പിറന്നു വളർന്നു.

ഈ സ്ഥിതി പൊലീസുകാർക്ക് സന്തോഷകരമായിരുന്നു എങ്കിലും പൊതുവേ ഇരുകൂട്ടർക്കും വലിയ ബുദ്ധിമുട്ടായി. പ്രത്യേകിച്ചും ഒരാളുടെ മകൻ മറ്റൊരാളുടെ മകളെ പ്രേമിക്കാൻ തുടങ്ങിയപ്പോൾ. അനുരാഗനദിക്കു തടസ്സം കൂടാതെയുള്ള ഒഴുക്ക് അനുവദിക്കുകയില്ല ദൈവം എന്നാണല്ലോ. പക്ഷേ, ഈ അനുരാഗനദി അത്ര എളുപ്പത്തിൽ തടഞ്ഞു നിർത്താവുന്ന ഒന്ന് ആയിരുന്നില്ല. പുതിയ തലമുറ കണ്ടെത്തിയ പ്രധാന ആശയം തങ്ങളുടെ അച്ഛനമ്മമാർ ആവശ്യമില്ലാതെ വഴക്കു കൂടുന്നു എന്നതാണ്. വഴക്കിനിടയിൽ കയറിനിന്ന് മറ്റുള്ളവർ കാര്യം കാണുന്നു. അതിനാൽ കുടുംബങ്ങൾ ഒന്നിക്കണം.

അങ്ങനെയാണ് അവരുടെ അച്ഛൻമാർ തമ്മിൽ കാര്യങ്ങൾ പറഞ്ഞു തീർക്കാൻ നിശ്ചയിച്ചത്. വിവാഹം തീരുമാനിക്കാനുള്ള വേദിയിൽ വെച്ച് തന്നെ കുടുംബസമാഗമവും ഭക്ഷണവും ആകാം എന്നായിരുന്നു തീരുമാനം.

സുഹൃത്തുക്കളും ബിസിനസ് പങ്കാളികളും ഒക്കെയായി ഏതാണ്ട് ആയിരത്തോളം പേർ സന്നിഹിതരായി. ധാരാളം മദ്യവും വിഭവങ്ങളും ഒരുങ്ങിയിരുന്നു. പൂക്കളാലും ദീപങ്ങളാലും വേദി മനോഹരമായി അലങ്കരിച്ചിരുന്നു.

ഭരണത്തിലും പൊലീസിലും ഉള്ള ഉന്നതരിൽ പലരുടെയും മുഖങ്ങൾ സദസ്സിൽ കാണാമായിരുന്നു.

പണ്ടേ ഉള്ള ചങ്ങാത്തത്തിന്റെ മനോഹരമായ രുചി മനസ്സിൽ അപ്പോഴും ബാക്കിയുള്ള ആ പഴയ ആളുകൾക്ക് ഈ പുതിയ കൂടിക്കാഴ്ച ഏറെ സന്തോഷകരമായി. അവർ ആത്മാർത്ഥമായി ആശ്ലേഷിച്ചു തന്നെ മദ്യപാനം തുടങ്ങിവെച്ചു. പോകേപ്പോകെ സൗഹൃദ സംഭാഷണം പതുക്കെ രൂപം മാറി.

മദ്യപിക്കുമ്പോൾ ആണല്ലോ മനസ്സിലെ പഴയ വഴക്കുകൾ പത്തി വിടർത്തി ഉയിർത്തെഴുന്നേല്ക്കുക. താന്താങ്ങളുടെ സത്യസന്ധതയെ കുറിച്ച് മേനി പറച്ചിലും വഴക്കുമായി. വാക്കു പാലിക്കുന്നതിൽ ആരാണ് മേലെ എന്നതായി അടുത്ത തർക്കം. മുതിർന്ന പൊലീസ് ഉദ്യോഗസ്ഥർ ഇടപെട്ട് അത് ഒരുവിധം പറഞ്ഞുതീർത്തു. അവരാണ് നിർദ്ദേശിച്ചത് തർക്കത്തിന് വലിയ പഴുതില്ലാത്ത ഏതെങ്കിലും ഒരു വിഷയം ചർച്ച ചെയ്യാൻ. അങ്ങനെ ഒരു വിഷയം ഉണ്ട് എന്ന് അപ്പോൾ ആരോ പറഞ്ഞു ദൈവത്തെക്കുറിച്ച് ആകാമെന്ന്. വഴക്കിനു പഴുതില്ല, ഒരിക്കലും അവസാനിക്കുകയുമില്ല.

വരനും വധുവും ആകാൻ പോകുന്നവർ അതൊക്കെ ആയി കഴിഞ്ഞ നിലയിലാണ് പെരുമാറിയത്. പുതിയ കാലമല്ലേ, പഴയ സമ്പ്രദായം ഒക്കെ ഇനി എന്തിന് പാലിക്കണം! അവർ സദസ്സിലിറങ്ങി അതിഥികളുമായി പരിചയപ്പെടുകയായിരുന്നു. അതിനിടെ വേദിയിൽ നടക്കുന്ന ഇത്തരം തമാശകൾ ഒന്നും അറിഞ്ഞതേയില്ല.

ദൈവം ഉണ്ടോ ഇല്ലയോ എന്നറിഞ്ഞിട്ട് വേണ്ടെ ദൈവത്തെക്കുറിച്ച് സംസാരിക്കാൻ? അതിനാൽ ആ കാര്യം ആദ്യം തീരുമാനിക്കാമെന്ന് ആയി. സംശയം എന്തിന്, ദൈവം ഉണ്ടല്ലോ എന്നായീ വധുവിന്റെ അച്ഛനായ നീരൂ ദാദ. അതിന് തെളിവ് എന്ത് എന്നായി വരന്റെ അച്ഛൻ. നീ കണ്ടിട്ടുണ്ടോ അദ്ദേഹത്തെ എന്ന് തറപ്പിച്ച് ഒരു ചോദ്യവും.

ഇത് മറുപക്ഷത്തെ ചൊടിപ്പിച്ചു. മദ്യത്തിന്റെ ലഹരി അപ്പോഴേക്കും സാമാന്യം ഉയർന്ന നിലവാരത്തിൽ എത്തിയിരുന്നു.

“നീ കണ്ടിട്ടില്ല എന്ന് വെച്ച് ആരും കണ്ടിട്ടില്ല, ഇല്ല, എന്നൊക്കെയാണോ അർത്ഥം?”

“അതിരിക്കട്ടെ, നീ കണ്ടിട്ടുണ്ടോ? അത് പറ!”

"ഞാൻ കണ്ടിട്ടുണ്ടെങ്കിലോ?"

"അങ്ങനെയാണോ? ശരി. കണ്ടത് എവിടെവെച്ച്? എപ്പോൾ?"

"അതൊക്കെ എന്റെ സ്വന്തം കാര്യം, മറ്റുള്ളവരെ ആരെയും ബോധിപ്പിക്കാൻ ഉള്ളതല്ല."

"ആർക്കു വിരോധം? പക്ഷേ, മറ്റുള്ളവർ ഈ ഭോഷ്ക് വിസ്കി പോലെ വിഴുങ്ങി കൊള്ളണം എന്ന് പറയരുത്."

"ദൈവം ഇല്ല എന്ന് ആര് പറഞ്ഞാലും അവരുമായി രാജിയാകാൻ ഞാൻ തയ്യാറല്ല."

"അത്ര നിർബ്ബന്ധമാണെങ്കിൽ നീ ദൈവത്തെ എവിടെ വച്ച് കണ്ടു എന്ന് വെളിപ്പെടുത്തുക. കണ്ടതു നേരാണെങ്കിൽ ആ സന്ദർഭം പറയുക പ്രയാസമുള്ള കാര്യമാണോ!"

"എനിക്ക് മനസ്സില്ല."

"എങ്കിൽ നീ ഒരിക്കലും കണ്ടിട്ടില്ല."

"ആഹാ! എങ്കിൽ കേട്ടുകൊള്ളുക. ഞാൻ കണ്ടു. കണ്ണാടിയിൽ ആണ് കണ്ടത്. അതായത് ഈ എന്നെ തന്നെ! ഞാനാണ് ദൈവം എന്ന് ദൈവം പറഞ്ഞു. ഞാനീ കാതുകൊണ്ട് കേട്ടതാണ്."

"ദൈവം പരമാധികാരി അല്ലേ? എന്തത്ഭുതവും കാണിക്കാൻ കഴിയുമല്ലോ. ആകട്ടെ, നീ എന്തെങ്കിലും ഒരു അത്ഭുതം കാണിക്ക്. അപ്പോൾ ഈ ഞങ്ങളൊക്കെ നീ പറയുന്നത് വിശ്വസിക്കാം."

നാരു ദാദ ജുബ്ബയുടെ തുമ്പു പൊക്കി അരയിൽനിന്ന് എഴുത്താണിക്കത്തി എടുത്തു. ഒരു തല കൂർത്ത് അസ്ത്രമുന ഉള്ളത്, മറുതല വണ്ണിച്ച്, പിടിക്കാനുള്ള ഇടവും. അതിന്റെ ചന്തമാസ്വദിച്ച് പറഞ്ഞു: "ഇതുകൊണ്ട് പല അത്ഭുതവും കാണിക്കാൻ കഴിയും."

"അത്ഭുതം കാണിക്കാൻ ദൈവത്തിന് എന്തിനാണ് ഒരു ആയുധം!"

"ദൈവത്തിന്റെ നിർമ്മിതിയായ ആയുധവും ദൈവം തന്നെയല്ലേ?"

"അത്തരമൊന്ന് എന്റെ കൈയിലും ഉണ്ടല്ലോ. അത് ദൈവമാണ് എന്നൊന്നും ഞാൻ കരുതുന്നില്ല."

"എന്തായാലും ഇന്ന് ഈ കാര്യം തീരുമാനം ആകണം: ദൈവം ഉണ്ടോ എന്ന് തെളിയിക്കാതെ ഞാനീ കത്തി ഇനി അരയിൽ തിരുകില്ല. ദൈവം ഉണ്ടെന്നും ഇല്ലെന്നുമുള്ള രണ്ട് അഭിപ്രായങ്ങൾക്ക് ഈ ഭൂമിയിൽ ഒരുമിച്ച് വാഴാൻ കഴിയില്ല."

ഇതൊരു തമാശയായി ആണ് ചുറ്റുമുള്ളവർ കണ്ടത്. അവരിൽ ചിലർ പറഞ്ഞു, "ശരി അദ്ദേഹം ഈ കത്തികൊണ്ട് ദൈവമുണ്ടെന്ന് തെളിയിക്കട്ടെ, കാണാമല്ലോ!"

നാരു ദാദ ചിരിച്ചു: "ഞാനീ കത്തികൊണ്ട് ഇവനെ കൊല്ലാൻ പോവുകയാണ്. ദൈവം ഉണ്ടെന്ന് അപ്പോൾ ബോദ്ധ്യമാകുമല്ലോ. ദൈവത്തിന് അല്ലേ ജീവൻ എടുക്കാൻ അവകാശമുള്ളൂ!"

അപ്പോഴാണ് മറ്റേ ദാദയും തന്റെ അരയിൽനിന്ന് ഇത്തരമൊരു കത്തി പുറത്തെടുത്തത്. അയാൾ പറഞ്ഞു: "അത്ര വേഗം കാര്യം നടക്കും എന്ന് കരുതേണ്ട."

"ശരി, നമുക്ക് നോക്കാം!"

ഒരുമിച്ചാണ് ഇരുവരും എഴുന്നേറ്റുനിന്നത്. തമാശയാണെന്നേ അപ്പോഴും മിക്കവരും കരുതിയുള്ളൂ.

പക്ഷേ, അടുത്ത ക്ഷണത്തിൽ ഇരുവരും ആയുധങ്ങൾ ഒപ്പം പ്രയോഗിച്ചു. വാരിയെല്ലുകൾക്കിടയിലെ പഴുതിലൂടെ കൃത്യമായി ഹൃദയത്തിലേക്ക് ഒരാളുടെ ഉന്നം. എതിരാളിയുടെ കഴുത്തു കുഴിയിലൂടെ തുളച്ചുകയറി കശേരുകകൾക്കിടയിലൂടെ മറുവശത്തേക്ക് മുന കൂർപ്പിച്ചു നില്ക്കാൻ കൃത്യമായി ലക്ഷ്യമിട്ട് മറ്റേയാൾ.

ഇരുവരും ഒഴിഞ്ഞുമാറിയെങ്കിലും എങ്ങോട്ടാണ് ഒരാൾ മാറുക എന്ന് മറ്റേ ആൾക്ക് കണിശമായി അറിയാവുന്നതുകൊണ്ട് ഇരുവർക്കും കടുകിട പിഴച്ചില്ല.

ഇരുവരും ഒരുമിച്ചാണ് മുന്നോട്ട് കമിഴ്ന്നു വീണത്.

പൊലീസിലെ ഉയർന്ന ഉദ്യോഗസ്ഥരെയും ജനങ്ങളെയും സാക്ഷി നിർത്തിക്കൊണ്ടായിരുന്നു ഇത്. ആർക്കും തടയാനോ ഇടപെടാനോ സാധിച്ചില്ല. അത്ര പൊടുന്നനെ എല്ലാം അവസാനിച്ചു.

വധുവും വരനും അച്ഛനും അമ്മയും ഒക്കെ ആകാനുള്ളവർ ഓടിയെത്തി. സദസ്സിൽ സന്നിഹിതനായ നാടിന്റെ ഉന്നത ഭരണാധികാരി അവരുടെ കൈകൾ ഏറ്റുപിടിച്ച് ഖേദം പ്രകടിപ്പിച്ചു.

എല്ലാം ശ്രദ്ധയോടെ ക്യാമറയിലേക്കു പകർത്തുന്ന ഒരു മാധ്യമക്കാരനോട് അയാളുടെ വൈകി വന്ന സുഹൃത്ത് ചോദിച്ചു, "കൃത്യമായും എന്താണ് ഇവിടെ നടന്നത്?"

മറുപടി ഇങ്ങനെ ആയിരുന്നു: "എന്തായാലും ദൈവം ഉണ്ട് എന്ന കാര്യം തീർച്ചപ്പെട്ടു. ക്ഷണമാത്രയിൽ ഒറ്റയടിക്ക് ഇത്രയും സാധിപ്പിക്കാൻ വേറെ ആർക്കാണ് കഴിയുക!"

ഗുരു ദേവോ ഭവ

വാക്കിന് അർത്ഥം ഇല്ലാതായി തുടങ്ങിയത് കൃത്യമായി എപ്പോഴാണ് എന്ന് എത്ര ആലോചിച്ചിട്ടും അയാൾക്ക് കണ്ടുപിടിക്കാൻ കഴിഞ്ഞില്ല. തുടങ്ങിയിട്ട് കുറെ കാലമായി എന്ന് മാത്രം അറിയാം. വന്നു വന്ന് അത് ഒരു വലിയ വിപര്യയമായി തീരുകയും ചെയ്തിരിക്കുന്നു.

കുട്ടികൾ അർത്ഥം ചോദിക്കുമ്പോൾ വല്ലാതെ വിഷമിക്കേണ്ടി വന്നു. അതേപ്പറ്റി തനിക്ക് കൃത്യമായ ഒരു രൂപം ഉണ്ടെങ്കിലല്ലേ അവരെ പറഞ്ഞു ബോദ്ധ്യപ്പെടുത്താൻ കഴിയൂ. പലപ്പോഴും താൻ വിഷമിക്കുന്നത് കണ്ട് കുട്ടികൾ തന്നെ പറയാറുണ്ട്, സാർ, വേണ്ട, ഞങ്ങൾക്ക് മനസ്സിലായി, എന്ന്. എന്തു മനസ്സിലായി എന്നാണ് അവർ പറയുന്നത് എന്ന് അപ്പോഴൊന്നും അയാൾക്ക് മനസ്സിലായില്ല. തനിക്ക് വാക്കിന്റെ അർത്ഥം അറിയില്ല എന്നാണോ അവർ മനസ്സിലാക്കിയത്. അതോ വാക്കിന് അർത്ഥം ഒന്നുമില്ല എന്നാണോ? രണ്ടും ശരിയാണല്ലോ ദൈവമേ എന്ന ചിന്ത അയാളെ നടുക്കി.

ഒരു കാര്യം നല്ല ഓർമ്മയുണ്ട്. കുട്ടിക്കാലത്ത് ഓരോ വാക്കും ഓരോ കണ്ടുപിടിത്തമായിരുന്നു. പറഞ്ഞറിയിക്കാൻ വാക്ക് ഇല്ലാതെ മനസ്സിൽ ഉണ്ടായി വരുന്ന അർത്ഥങ്ങളാണ് അന്ന് കൂടുതൽ ബുദ്ധിമുട്ടിച്ചത്. പറ്റിയ ഒരു വാക്ക് കണ്ടു കിട്ടുമ്പോഴോ അതിയായ സന്തോഷം തോന്നി. കണ്ടു കിട്ടിയതൊക്കെ ഓരോ നിധിയായി സൂക്ഷിക്കുകയും ചെയ്തു. വാക്കെന്നല്ല ഒന്നിന്റെയും അർത്ഥത്തെക്കുറിച്ച് ഒരു സംശയവും ഉണ്ടായിരുന്നില്ല.

അങ്ങനെയാണ് സുഖകരമായ സമനില കൈവന്നത്. അതായത് ഉള്ള അർത്ഥങ്ങൾക്കൊക്കെ വാക്കുകൾ ഉണ്ടായി, ഉള്ള വാക്കുകൾക്കൊക്കെ കൃത്യമായി അർത്ഥവും ഉണ്ടായി. നിർവൃതികരമായിരുന്നു അത്. മനസ്സിലുള്ള എന്തും പറയാൻ ഒരു പ്രയാസവും ഉണ്ടായില്ല. കേൾ

ക്കുന്ന എന്തും മനസ്സിലാക്കാനും ഉണ്ടായില്ല ഒരു വിഷമവും.

ഉവ്വ്, അർത്ഥങ്ങളുടെ അർത്ഥങ്ങൾ കണ്ടുപിടിക്കാൻ അപ്പോഴും അല്പം വിഷമം ഉണ്ടായിരുന്നു. പക്ഷേ, അതൊരു രസകരമായ കളിയും അതിലേറെ പലപ്പോഴും ഒരു വെല്ലുവിളിയും ആയിരുന്നു. ജയിച്ചാലും തോറ്റാലും അതീവ രസകരമായിരുന്നു അത്.

ഭാവങ്ങൾക്ക് അർത്ഥം ഉണ്ടായിക്കിട്ടാനാണ് ഏറ്റവും വിഷമിച്ചത്. ഒരു നോട്ടത്തിന്റെ അർത്ഥം, ഒരു മൂളലിന്റെ അർത്ഥം, ഒരു മിണ്ടാട്ടമില്ലായ്മയുടെ അർത്ഥം, ഒരു നെടുവീർപ്പിന്റെ അർത്ഥം എന്നിങ്ങനെ വെല്ലുവിളികൾ നീണ്ടു...

ആ കാലത്താണ് തനിക്ക് ഒരാളെ ഇഷ്ടമാണെന്ന് തോന്നിയതും ആ ആൾ തന്നെ ഇഷ്ടപ്പെടുന്നു എന്ന് പറയാതെ അർത്ഥം മനസ്സിലായതും. അങ്ങനെ സ്നേഹം, പ്രേമം എന്ന വാക്കുകൾക്കും അർത്ഥം ഉണ്ടായി കിട്ടി. അനുഭവിക്കാവുന്നതാണ്, അല്ലാതെ അർത്ഥങ്ങൾ മാത്രം ഉള്ള വാക്കുകൾ അല്ല ഇവ എന്നുകൂടി മനസ്സിലാവുകയും ചെയ്തു.

കുട്ടികളോട് ഇടപഴകാൻ അയാൾക്ക് ഒരുപാട് ഇഷ്ടമായിരുന്നു. മാർക്ക് കിട്ടാൻ ആണ് അവരെ പഠിപ്പിക്കേണ്ടത് എന്ന് സ്ഥിരമായി നിഷ്കർഷിച്ചുകൊണ്ടിരുന്ന മാനേജ്മെന്റ് ഈ ഇഷ്ടവും നഷ്ടമാക്കി. സംഘടിക്കണം എന്ന് സഹപ്രവർത്തകരിൽ ചിലർ പറഞ്ഞു. അതുപക്ഷേ, കുട്ടികളെ ശരിയായി പഠിപ്പിക്കാൻ വേണ്ടിയായിരുന്നില്ല. ശമ്പളവും ആനുകൂല്യങ്ങളും മെച്ചപ്പെടുത്താൻ വേണ്ടിയായിരുന്നു. ചെയ്യുന്നത് ഒരു തൊഴിൽ ആണെന്നും ആരോടും കൂറുണ്ടാകേണ്ടതില്ല എന്നും കർശനമായി അവർ ശഠിച്ചു.

തനിക്ക് കുട്ടികൾ ആയപ്പോൾ ഭാര്യയും പറഞ്ഞു, ഇനി അവനവന്റെ കാര്യം നോക്കിയിട്ട് മതി ബാക്കിയൊക്കെ എന്ന്. ആകപ്പാടെ ആലോചിച്ചപ്പോൾ ശരിയാണല്ലോ എന്ന് അയാൾക്കും തോന്നി. പക്ഷേ, അന്നു മുതൽ വാക്കുകൾക്ക് അർത്ഥം നഷ്ടപ്പെടാൻ തുടങ്ങി.

ആദ്യം നഷ്ടപ്പെട്ടത് വിശേഷണ പദങ്ങളുടെ അർത്ഥങ്ങളാണ്. നല്ലത് എന്ന വാക്കിന്റെ അർത്ഥം നമുക്ക് ലാഭമുണ്ടാകുന്നത് എന്നായി. പല വിശേഷണങ്ങളും അർത്ഥമേ ഇല്ലാത്തവയായി. ഏറ്റവും നല്ല ഉദാഹരണം ആത്മാർത്ഥമായ എന്ന വാക്കുതന്നെ.

ഇതോടൊപ്പം മുൻപില്ലാത്ത അർത്ഥങ്ങൾ പല വിശേഷണങ്ങൾക്കും വന്നുചേരുകയും ചെയ്തു. ഉദാഹരണത്തിന്, ആദർശവാനായ എന്ന് പറഞ്ഞാൽ കൊള്ളരുതാത്തവനായ എന്നാണ് ആളുകൾ മനസ്സിലാക്കുക!

ഒരു വിശേഷണംകൊണ്ടും ഒരു വിശേഷവും ഇല്ല എന്ന് വന്നതിന് പിന്നാലെയാണ് നാമപദങ്ങൾക്കു കൂടി അർത്ഥലോപം സംഭവിച്ചത്.

സ്നേഹമെന്ന പദത്തിന് എന്തർത്ഥം എന്നായി. നന്മ എന്നാൽ എന്താണ് എന്നുമായി. ആരെയും മുൻനിർത്തി വിശദീകരിക്കാനാവാത്ത വാക്കുകളായി കാരുണ്യം വാത്സല്യം സ്നേഹം തുടങ്ങിയവയെല്ലാം. കൂലി എന്നാൽ കൈക്കൂലി എന്നായി സാരം. അഴിമതി എന്ന വാക്കിന് അഴിയോ

മതിയോ ഒന്നുമായി ഒരു ബന്ധവും ഇല്ല എന്ന് വന്നു.

അപ്പോഴും ബാക്കിയായത് ഏതാനും ക്രിയാപദങ്ങൾ മാത്രമാണ്. നടക്കുക, ഇരിക്കുക, കിടക്കുക, കൊടുക്കുക, വാങ്ങുക, അടിക്കുക, പൊളിക്കുക, ഇടിക്കുക, തട്ടുക, പൊട്ടിക്കുക എന്നിങ്ങനെ. ഇതിൽ പലതും ആകട്ടെ ചെയ്ത് കാണിച്ചുകൊടുക്കാൻ വളരെ പ്രയാസമാണ്, അതിനാൽ അർത്ഥം പഠിപ്പിക്കാനും.

ഭാഷ തനിയെ പഠിഞ്ഞോളും പഠിക്കാനുള്ളത് വേറെ ചിലതാണ് എന്നായീ പൊതുധാരണ. അഥവാ ഭാഷ പഠിക്കുകയാണെങ്കിൽ ആത്മീയമായ ഭാഷ പഠിക്കണമെന്നാണ് രഹസ്യ പ്രചാരണം. ആത്മീയമായ എന്ന വിശേഷണത്തിന് അർത്ഥം മതപരമായ എന്നും ആയിട്ടുണ്ട്.

മാതൃഭാഷ അമ്മിഞ്ഞപ്പാൽപോലെയാണ്, മലയാളം നമ്മുടെ മാതൃഭാഷയാണ് എന്നൊക്കെ ആയിരുന്നു ആദ്യകാലത്തെ വിശ്വാസം. ഇപ്പോഴും ഇതൊക്കെ പലരും പറയാറുണ്ടെങ്കിലും അതിനൊന്നും യാതൊരു അർത്ഥവുമില്ല. അമ്മിഞ്ഞപ്പാൽ മുതിർന്നവരാരും കുടിക്കാറോ കാണാറുപോലുമൊ ഇല്ലല്ലോ!

ഇതിന്റെയൊക്കെ ഫലമായി വീട്ടിലും നാട്ടിലും അയാളുടെ അർത്ഥം നഷ്ടപ്പെട്ടു. പല വഴികളിലും പണമുണ്ടാക്കിയവർ വലിയവരായി. അയാൾ പറയുന്നതൊന്നും സ്വന്തം വീട്ടുകാരിക്ക് പോലും മനസ്സിലാകാതെ ആയി.

മുഖത്തെ പ്രസാദം മാഞ്ഞു. ചിരി നഷ്ടപ്പെട്ടു. സംസാരം കുറഞ്ഞു കുറഞ്ഞു വന്നു. ഇതാ, ഇപ്പോൾ തീരെ മൗനിയുമായി. ആരോടും ഒന്നും പറയാൻ ഒരു വാക്കും ഇല്ലാതായിപ്പോയ കഷ്ടകാലം!

ഭാഷ അപൂർണ്ണം എന്നല്ല തീർത്തും അപര്യാപ്തം. വാ തുറന്നാൽ അർത്ഥശങ്കയാൽ പിഴ വരും. ശ്രേഷ്ഠഭാഷയിൽ പിഴ വരാൻ പാടില്ലല്ലോ. മൗനം വിദ്വാനു ഭൂഷണം എന്നല്ല തീർത്തും അനിവാര്യം!!

ഈ മാഷെ സൂചിപ്പിക്കാൻ ആളുകൾ ഇപ്പോൾ വാക്കല്ല ഉപയോഗിക്കുന്നത്. ഒരു ആംഗ്യം ആണ്. വലതു കൈ തലയ്ക്കു മുകളിൽ ഉയർത്തി ചൂണ്ടുവിരൽ കീഴോട്ട് നീട്ടി ഒരു വട്ടം വരയ്ക്കും. അപൂർവ്വം ചിലർ അതോടൊപ്പം ചെറുതായി നെടുവീർപ്പിടും. മിക്കവരുടെയും ചുണ്ടത്ത് ഒരു ഊറിച്ചിരിയേ കാണൂ.

'ഗുരു ദേവോ ഭവ!' എന്ന് ചിലർ ഉറക്കെത്തന്നെ ചിരിക്കുന്നു.

നിദ്രാനീതി

ദേഹം ഇല്ലാത്തതുകൊണ്ട് അയാൾക്ക് ഇരിപ്പിടം ആവശ്യമുണ്ടായിരുന്നില്ല. മരിച്ചിട്ട് 40 രാവും പകലും കഴിഞ്ഞിരുന്നുവല്ലോ.

എന്താവും ഇനി എന്നറിയാൻ വേണ്ടി അരുപിയായി അയാൾ ആ കോടതി മുറിയിൽ തങ്ങി നില്ക്കുകയാണ്.

മരിച്ചതിന്റെ പിറ്റേന്ന് വൈകിട്ട് പ്രതികളെ അറസ്റ്റ് ചെയ്തു. അവർ തന്നെയാണോ പ്രതികളെന്ന് അയാൾക്ക് നിശ്ചയമുണ്ടായിരുന്നില്ല. കാരണം കൊല നടന്നത് ഇരുട്ടിലായിരുന്നു.

കോടതിയിൽ ആകെ ഏഴ് പ്രതികളാണ് ഉള്ളത്. എല്ലാവരും തനിക്ക് അറിവും പരിചയമുള്ളവർ. അവർ തന്നെയാണ് ഈ കൃത്യം ചെയ്തതെന്നൊ എന്തിനാണ് അവർ അത് ചെയ്തത് എന്നൊ എത്ര ആലോചിച്ചിട്ടും അയാൾക്ക് മനസ്സിലാക്കാനായില്ല. എങ്കിലും അയാൾ ചിന്തിച്ചുകൊണ്ടിരുന്നു. വിചാരണയും വിധിയും കഴിയുമ്പോൾ കാര്യങ്ങൾ വ്യക്തമാവും എന്നാണ് കരുതിയത്. കുറ്റപത്രങ്ങളിൽ കൃത്യത്തിന്റെ വിവരണം ഉണ്ടാകുമല്ലോ.

വിവരണം ഉണ്ടായിരുന്നു, പക്ഷേ, അതൊന്നും അങ്ങനെയല്ല എന്നാണ് പ്രതികൾക്കുവേണ്ടി അവരുടെ അഭിഭാഷകർ പറഞ്ഞുകൊണ്ടിരുന്നത്. അങ്ങനെയല്ല എന്നതിന് തെളിവും അവർ ഓരോന്നായി ഹാജരാക്കികൊണ്ടിരുന്നു പ്രതികൾ അന്നേരം വേറെ പലയിടത്തും ആയിരുന്നു എന്നും അവർ ഒരിക്കലും ഇത് ചെയ്തില്ല എന്നും തെളിയിക്കാൻ ഉള്ള മാർഗ്ഗങ്ങൾ.

ദൃക്സാക്ഷികൾ ആരും ഇല്ലായിരുന്നു. മരിച്ചുപോയ അയാൾക്കു പോലും ആ കൂരിരുട്ടിൽ ഒന്നും കാണാൻ കഴിഞ്ഞില്ല എന്നിരിക്കെ വേറെ ആരെങ്കിലും എന്തു കണ്ടിരിക്കാൻ?

ഇപ്പോഴും അയാളുടെ അത്ഭുതം എന്തിനുവേണ്ടി താൻ കൊല്ലപ്പെട്ടു എന്നാണ്. താൻ ആരെയെങ്കിലും എങ്ങനെയെങ്കിലും ഉപദ്രവിച്ചതായി അയാൾക്ക് ഓർമ്മയില്ല. മനുഷ്യരെ എന്നല്ല മൃഗങ്ങളെപ്പോലും ഉപദ്രവിക്കാറില്ല. ഒന്നുകിൽ കൊന്നവർക്ക് ആൾ മാറിപ്പോയിരിക്കാം. അല്ലെങ്കിൽ അറിയാതെ താൻ ഭീമമായ എന്തോ അപരാധം ചെയ്തിട്ടുണ്ടാവാം. എവ്വിധം ആയാലും കാര്യങ്ങളുടെ കിടപ്പ് എങ്ങനെ എന്ന് അറിയാൻ അയാൾക്ക് അതിയായ ആഗ്രഹം ഉണ്ടായി. കൊല്ലപ്പെടുന്നവരുടെ പ്രാഥമികമായ അവകാശം ആണല്ലോ കൊന്നതാരെന്നും എന്തിനെന്നും അറിയുകയെന്നത്. ആ അവകാശം ഒരു കോടതിയും സംരക്ഷിക്കുന്നില്ല. അത് മൗലികാവകാശത്തിൽപെടുന്നതായി ഭരണഘടനയിൽ രേഖപ്പെടുത്തിയിട്ടില്ല. അതിനാൽത്തന്നെ പരേതനുവേണ്ടി ഒരു വക്കീൽ ഇല്ല. അയാളുമായി ആശയവിനിമയം നടത്താൻ ഒരു കോടതിക്കും ഉപാധികളും ഇല്ല.

വിചാരണ തുടങ്ങിയിട്ട് ഇന്നേക്ക് ഒരു മാസമാകുന്നു. തുടക്കത്തിലെ എല്ലാ പ്രതികളും കുറ്റം നിഷേധിച്ചു. പൊലീസിന് നല്കിയ പഴയ മൊഴി പേടിയാലും നിർബ്ബന്ധപ്രകാരവും നല്കിയതാണ് എന്നായിരുന്നു ഇപ്പോഴത്തെ മൊഴി. പൊലീസിന്റെ നിർബ്ബന്ധം എന്നാൽ അർത്ഥം എന്താണ് എന്ന് നന്നായി അറിയാവുന്നതുകൊണ്ടാകാം കോടതി രണ്ടാമത്തെ മൊഴിയാണ് സ്വീകരിച്ചത്. അത് അങ്ങനെയാണ് വേണ്ടത് എന്ന് കോടതി നടപടികൾ നിരീക്ഷിച്ചു കൊണ്ടിരുന്ന എല്ലാ മനുഷ്യരും തല കുലുക്കി സമ്മതിക്കുകയും ചെയ്തു.

ഒരുപാട് ആളുകൾ ഈ വിചാരണ കാണാൻവന്നു നില്പുണ്ട്. താനൊരു വലിയ ആളോ ജനങ്ങൾക്ക് പ്രിയങ്കരനായതോ അല്ല കാരണം എന്ന് അയാൾക്ക് അസ്സലായി അറിയാം. കേസിലെ ദുരൂഹതയാണ് ആളുകളെ ആകർഷിച്ചിരിക്കുന്നത്.

തന്റെ ശരീരത്തിൽ നൂറിലേറെ മുറിവുകളുണ്ടായിരുന്നു എന്ന് അയാൾക്ക് മനസ്സിലായത് കുറ്റപത്രത്തിൽനിന്നാണ്. തലയ്ക്ക് ഏറ്റ ഒരു വെട്ടേ അയാൾ അറിഞ്ഞിട്ടുള്ളൂ. അതിനാൽ ബാക്കിയൊക്കെ, സത്യം പറഞ്ഞാൽ, അനാവശ്യവും അപ്രസക്തവുമായ വെറും വെട്ടുകളാണ്. മൃതദേഹത്തിൽ വെട്ടിയാൽ എന്തിനാണ് ശിക്ഷ?

പെൺമക്കൾ രണ്ടാളും ഭാര്യയും ആദ്യത്തെ നാലുദിവസവും വിചാരണ കാണാൻ വന്നിരുന്നു. അവർക്ക് ഇരിക്കാനോ നില്ക്കാനോ കോടതിയിൽ സ്ഥലമുണ്ടായിരുന്നില്ല. ആളുകൾക്കിടയിലൂടെ തിക്കിതിരക്കി അകത്ത് കടക്കാൻ അവർ ശ്രമിച്ചില്ല, സ്ത്രീകൾ ആണല്ലോ. വല്ലപ്പോഴും കിട്ടുന്ന ചില പഴുതുകളിലൂടെ ആണ് അവർ കാര്യം കാണാൻ ശ്രമിച്ചത്. കേൾക്കാൻപോലും കഴിയുന്ന സ്ഥിതി ആയിരുന്നില്ല. ന്യായാധിപൻതന്നെ കോടതിയിൽ ഔദ്യോഗികമായി പറയപ്പെടുന്നത് കേൾക്കാൻ വേണ്ടി പലപ്പോഴും തന്റെ ചുറ്റിക മേശപ്പുറത്ത് ആഞ്ഞടിച്ച്

'നിശ്ശബ്ദത!' എന്ന് ആക്രോശിച്ചുകൊണ്ടിരുന്നു. അതുപോലും ആരും ചെവിക്കൊള്ളുന്ന മട്ടില്ലായിരുന്നു.

മൂന്നു പുറവും തുറന്ന വരാന്തയുള്ള ഒരു വലിയ മുറിയാണ് കോടതി. മൂന്നു വശങ്ങളിലും ആളുകൾ തിങ്ങിക്കൂടി നില്ക്കുന്നു. മൂന്നു വാതിലുകളും ആറു ജനാലകളും ഉണ്ട്. ഒന്നിൽനിന്ന് ഒന്നിലേക്ക് മാറിമാറി പിന്നിൽപോയി നോക്കാൻ ശ്രമിച്ച് പരാജയപ്പെട്ട് ഒരു ദിവസം മുഴുവൻ ചെലവഴിച്ച ശേഷമാണ് ഭാര്യയും കുട്ടികളും പിന്നെ വരാതായത്.

എഴുന്നൂറിലേറെ പേജുകളുള്ള കുറ്റപത്രത്തിന്റെ ചുവടുപിടിച്ച് പ്രോസിക്യൂട്ടർ വളരെ ഭംഗിയായി വാദിച്ചു. ആ വാദം തന്നെ തീരാൻ നാല് ദിവസം വേണ്ടി വന്നു. പിന്നെ ഓരോ പ്രതിയുടെയും വക്കീലിനുള്ള ഊഴമായി.

പ്രതിഭാഗത്തിന്റെ ഓരോ വക്കീലിന്റെയും വാദത്തെ പ്രോസിക്യൂട്ടർ ഖണ്ഡിച്ചു. എന്നിട്ട് ഓരോ പ്രതിയെയും എതിർ വിസ്താരം ചെയ്തു. ചില പ്രതികളുടെ മറുപടി പൊട്ടിച്ചിരിക്കു വക നല്കി. ഓരോ വിസ്താരത്തിനും എതിർവിസ്താരവും ഉണ്ടായി. ഇങ്ങനെയാണ് ഇത്രയും ദിവസങ്ങൾ കഴിഞ്ഞത്.

ഇന്ന് കോടതി അടയ്ക്കുകയാണ്. ഇനി അവധിക്കാലം കഴിഞ്ഞേ തുറക്കൂ.

ദൃക്സാക്ഷികൾ ആരും ഇല്ലാത്തതുകൊണ്ട് മതിയായ സാഹചര്യത്തെളിവുകൾ തന്നെ വേണം. മണൽ കോട്ടകൾ പടച്ചു കെട്ടാൻ പ്രോസിക്യൂട്ടർ ശ്രമിക്കുന്നു. അത് ഓരോന്നും അപ്പപ്പോൾ തട്ടിപ്പൊളിച്ചു കളയാൻ പ്രതിഭാഗം വക്കീൽമാർക്ക് കഴിയുന്നു.

ഈ വൃഥാവ്യായാമം കണ്ടും കേട്ടും അയാൾക്ക് സത്യമായിട്ടും മതിയായിട്ടുണ്ട്. പറഞ്ഞറിഞ്ഞ് ഇവിടേക്ക് വന്നത് നേര് അറിയാം എന്ന ഒരു മോഹം കൊണ്ടാണ്.

ഇടിവെട്ടി മരിച്ചവർ തങ്ങൾ എങ്ങനെയാണ് മരിച്ചത് എന്ന് അറിയാൻ ഒരു കോടതിയിലെയും ഒരു വിചാരണയും കാണാൻ വരാറില്ലല്ലോ. അങ്ങനെയുള്ള മരണത്തെക്കുറിച്ച് കോടതിവിധിയല്ല ഉണ്ടാകാറ്, അത് അവന്റെ വിധിയാണ് എന്ന് അവസാന പ്രസ്താവം മാത്രമാണ്.

എത്ര വാശിയോടെ ആണ് വക്കീൽമാർ കേസ് വാദിക്കുന്നത്! ഉറപ്പിച്ചും തറപ്പിച്ചും ആണ് ഓരോ വാക്കും. വളരെ ആത്മവിശ്വാസത്തോടെ കൂട്ടിൽ കയറി നില്ക്കുകയും സംശയരഹിതമായി പ്രോസിക്യൂട്ടറുടെ ചോദ്യങ്ങൾക്ക് മറുപടി പറയുകയും ചെയ്തുകൊണ്ടിരുന്ന പൊലീസ് ഇൻസ്പെക്ടർ പ്രതിഭാഗം വക്കീലിന്റെ വിസ്താരം തുടങ്ങിയതോടുകൂടി വിയർത്തു തുടങ്ങി. അദ്ദേഹത്തിന്റെ മറുപടികൾ കേട്ട് പലപ്പോഴും ജനങ്ങൾ ചിരിച്ചു, മറുപടികളോടുള്ള പ്രതിഭാഗം വക്കീലിന്റെ പ്രതികരണം കേട്ട് അതിലേറെയും ചിരിച്ചു. അപ്പോഴാണ് കോടതിമുറിയിൽ ആളുകൾ ഇത്രയേറെ തിങ്ങിക്കൂടിയതിന്റെ കാരണം അയാൾക്ക് മനസ്സിലായത്.

ടിക്കറ്റ് വാങ്ങാതെ ഹാസ്യരസസമൃദ്ധമായ ഒരു ത്രില്ലർ സിനിമ കാണാനുള്ള അവസരം കിട്ടിയിരിക്കയാണല്ലോ.

ഇന്നത്തോടെ എങ്കിലും ഈ വിചാരണ അവസാനിപ്പിക്കണം എന്ന നിലപാടിലാണ് കോടതി. അതിനാൽ നേരം സന്ധ്യ ആയിട്ടും ഇരുട്ട് ആയിട്ടും വാദം തുടർന്നു. അത്താഴസമയം കഴിഞ്ഞിട്ടും തീർന്നില്ല.

സ്വർണ്ണം കണ്ടെടുക്കാൻ കഴിയാത്തത് ആയിരുന്നു പൊലീസിന്റെ ഏറ്റവും വലിയ വീഴ്ച. വലിയ അളവ് സ്വർണ്ണം കൊണ്ടുവരുന്ന ആരോ ആണ് എന്ന തെറ്റായ ധാരണയിൽ താൻ കൊല്ലപ്പെട്ടു എന്ന് മാത്രം അയാൾക്ക് മനസ്സിലായി. 'പൊട്ടിക്കൽ' എന്നു പറയുന്ന സ്വർണ്ണക്കവർച്ചയുടെ ആളുകളാണ് പ്രതികളെന്നും മനസ്സിലായി. പൊട്ടിക്കൽ എന്നാൽ സ്വർണ്ണം കള്ളക്കടത്തു നടത്തുന്നവരുടെ കൈയിൽനിന്ന് സ്വർണ്ണം തട്ടിയെടുക്കുന്ന പണി. വേണ്ടിവന്നാൽ സ്വർണ്ണം കൊണ്ടുപോകുന്ന ആളെ കൊന്നുകളഞ്ഞും ഇത് നിർവ്വഹിക്കും.

പൊലീസ് അയാളുടെ വീട്ടിൽ കയറി അരിച്ചുപെറുക്കി പരിശോധിക്കുകയുണ്ടായി. സ്വർണ്ണം തിരയുകയായിരുന്നു. അയാൾ അവരോട് പറഞ്ഞുകൊണ്ടിരുന്നു, ഇവിടെ ഒന്നുമില്ല. പക്ഷേ, അയാൾക്ക് ശബ്ദം ഇല്ലായിരുന്നതുകൊണ്ട് അത് പൊലീസുകാർക്ക് കേൾക്കാൻ ഒത്തില്ല.

മരിച്ച് നാല്പത്തിയൊന്നു ദിവസമേ ഉള്ളൂ അയാൾക്ക് അങ്ങുമിങ്ങും അല്ലാതെയുള്ള ഈ നില്പ്. അതു കഴിഞ്ഞാൽ പരേതരുടെ ലോകത്തേക്ക് പോണം. തന്റെ മരണകാരണമെന്തെന്ന് അറിഞ്ഞിട്ട് പോകാം എന്ന് അയാൾക്ക് തോന്നി.

ഇനി ഒരുദിവസമേ ശേഷിക്കുന്നുള്ളൂ. അതെങ്കിലും ഭാര്യയുടെയും കുട്ടികളുടെയും കൂടെ കഴിയാം എന്ന് വിചാരിച്ചു. എന്തു ചെയ്യാം, ഈ വിചാരണ ഒന്ന് കഴിഞ്ഞു കിട്ടിയാൽ അല്ലേ പോവാനൊക്കൂ!

ഇങ്ങനെ വിചാരിച്ചു നില്ക്കേ ആണ് ഒരു കാര്യം അയാളുടെ ശ്രദ്ധയിൽപെട്ടത്. കോടതിമുറിയിൽ കസേരകളിൽ ഇരിക്കുന്ന എല്ലാ വക്കീൽമാരും ഉറങ്ങുകയാണ്. പ്രതിക്കൂട്ടിൽ നില്ക്കുന്ന കുറ്റവാളികളും പ്രത്യേക സ്ഥാനത്ത് ഇരിക്കുന്ന പ്രോസിക്യൂട്ടറും ഉറങ്ങുകയാണ്. കോടതി നടപടികൾ കാണാൻവന്ന് ജനാലകൾക്കും വാതിലുകൾക്കും പുറത്തു തിങ്ങി നില്ക്കുന്നവരും നിന്ന നില്പിൽ ഉറങ്ങുന്നു! എല്ലാവരും ഒരേ സ്വപ്നം കാണുന്നതുപോലെ!

വിശ്വാസം വരാതെ അയാൾ ന്യായാധിപനെ നോക്കി. 'അങ്ങുന്നെ കോടതിയലക്ഷ്യം, എല്ലാവരും ഉറങ്ങുകയാണ്,' എന്ന് വിളിച്ചു പറയാൻ അയാൾ വെമ്പി. പക്ഷേ, ന്യായാധിപനും ഉറങ്ങുകയായിരുന്നു! അദ്ദേഹം കൂർക്കംവലിക്കുന്നുമുണ്ട്! വാദിച്ചുകൊണ്ടിരിക്കുന്ന വക്കീൽ സംസാരിക്കുന്നത് ഉറക്കത്തിൽ വർത്തമാനം പറയുന്നപോലെയാണ്. ഉറങ്ങാതെയും ഉറങ്ങാൻ കഴിയാതെയും അയാൾ മാത്രം!

ഇതു പുലരുംവരെ തുടരുമെന്ന് കണ്ട് അയാൾ ഒരു കണക്കിന് പിന്മാറി. ഇനിയിപ്പോൾ ഈ ന്യായാധിപൻ അഥവാ തട്ടിക്കുടഞ്ഞെഴു

ന്നേറ്റു വിധി പറഞ്ഞു എന്നിരുന്നാൽ തന്നെയും അതുകൊണ്ട് എന്തു കാര്യം! അതുണ്ടോ സത്യവുമായി പുലബന്ധം എങ്കിലും പുലർത്താൻ കഴിയുന്ന ഒന്ന് ആയിത്തീരുക!

അതുകൊണ്ട് അയാൾ തന്റെ കുടുംബത്തിന്റെ അരികിലേക്ക് പോകാൻ നിശ്ചയിച്ചു. നേരം വളരെ വൈകിയിട്ടും അവർ മൂന്നുപേരും ഉറങ്ങിയിട്ടില്ല. അമ്മയുടെ അപ്പുറത്തും ഇപ്പുറത്തും ആയി പെൺകുട്ടികൾ കിടക്കുന്നു. മൂത്ത കുട്ടി അമ്മയോട് ചോദിക്കുകയാണ്, 'അച്ഛൻ സ്വർണ്ണ ക്കടത്തുകാരൻ ആയിരുന്നു എന്ന് പറയുന്നത് ശരിയാണോ അമ്മേ'യെന്ന്.

അമ്മ കേട്ടതായി ഭാവിക്കുന്നില്ല. മറുപടി പറയുന്നത് അനിയത്തി, 'അത് നുണയാണ്, അച്ഛൻ ഒരു പാവമായിരുന്നു.'

ചേച്ചി വീണ്ടും, 'അല്ലെങ്കിൽ പിന്നെ എന്തിനാണ് അച്ഛനെ അവർ കൊന്നത്?'

തനിക്കിരുവശവും കിടന്നുകൊണ്ടുള്ള ഈ ചോദ്യത്തിൽ വീട്ടുകാരി വളരെ അസ്വസ്ഥയാകുന്നത് കണ്ട അയാൾക്ക് വിഷമം ഉണ്ടായി. കോട തിയിലേക്ക് തിരികെ പോകാൻ അയാൾ തീരുമാനിച്ചു. വൈകിയാണെ ങ്കിലും ഒരു വിധി ഉണ്ടാകാതിരിക്കില്ലല്ലോ.

ഞൊടിയിടകൊണ്ട് കോടതി സമുച്ചയത്തിൽ തിരിച്ചെത്തിയ അയാൾ കണ്ടത് കോടതിമുറി അടഞ്ഞു കിടക്കുന്നതാണ്. ആളും വെളിച്ചവും ഒന്നുമില്ല.

കോടതിവളപ്പിൽ ആകെയുള്ള ഒരു ഒറ്റ തെങ്ങിൽ ഇരുന്ന് രണ്ട് കൂമ ന്മാർ മൂളുന്നു. അവരാകട്ടെ ഒരു വിധിയും പറയുകയായിരുന്നില്ല. 'നിനക്ക് പോകാൻ സമയമായി' എന്ന് അയാളെ അറിയിക്കുകയായിരുന്നു.

അപ്പീലിന് വക ഉണ്ടാകാമെന്ന പ്രതീക്ഷ ഉണ്ടായി എങ്കിലും അതിനു നില്ക്കാതെ അയാൾ അവയുടെ കൂടെ പറന്നുപോയി.

കൊറോണോപനിഷത്ത്

ശാന്തിമന്ത്രം:
ഇത് നമ്മളിൽ സംഭവിക്കാതിരിക്കട്ടെ, സംഭവിക്കാതിരിക്കട്ടെ,
സംഭവിക്കാതിരിക്കട്ടെ.
ഓം ശാന്തി, ശാന്തി, ശാന്തി.

ഒന്നാം വല്ലി

ആരാണ് എന്തിനാണ് മനുഷ്യകുലത്തിന് എതിരെ ഇത്രയും വലിയൊരു നടപടി സ്വീകരിച്ചിരിക്കുന്നത് എന്നാണ് അയാൾ ഇരുന്ന ഇരിപ്പിൽ അത്ഭുതംകൂറിയത്. സ്വന്തം നിലയിൽ എത്ര ആലോചിച്ചിട്ടും മറുപടി കിട്ടാത്തതുകൊണ്ട് ഈ ചോദ്യം അയാൾ ഈശ്വരനോടും മൺമറഞ്ഞവരെങ്കിലും അയാളുടെ കാഴ്ചപ്പാടിൽ ചിരഞ്ജീവികളായ കാരണവന്മാരോടും ചോദിച്ചു.

പോസ്റ്റൽ ഡിപ്പാർട്ട്മെന്റിൽ ദീർഘകാല സേവനത്തിനുശേഷം പിരിഞ്ഞിട്ട് ഒരു വർഷമേ ആയുള്ളൂ. ഗുമസ്തനായി ചേർന്ന അയാൾ വലിയ പോസ്റ്റ് ഓഫീസിലെ തലവനായാണ് പിരിഞ്ഞത്. ഒരു ആക്ഷേപവും മേലധികാരികൾക്കോ സാധാരണക്കാർക്കോ ഉണ്ടായിട്ടില്ല. മറിച്ച്, മേന്മയേറിയ സേവനത്തിന് പ്രശംസാപത്രം കിട്ടിയിട്ടുണ്ട്.

പത്താംക്ലാസ് വരെയേ പഠിച്ചുള്ളൂ. കൂടുതൽ പഠിക്കാൻ ആഗ്രഹമില്ലാഞ്ഞല്ല, സാമ്പത്തികമായി കഴിവില്ലായിരുന്നു. മാത്രമല്ല, നല്ല മാർക്ക് കിട്ടിയതുകൊണ്ട് പോസ്റ്റോഫീസിൽ ഉടനെ ഗുമസ്തന്റെ ജോലി തരപ്പെട്ടു. നാട്ടിലും വീട്ടിലും എല്ലാവർക്കും സന്തോഷമാകാൻ അതുതന്നെ മതിയായി. സർക്കാരിലെ ജോലിയാണ്, ഓർക്കാപ്പുറത്ത് പിരിഞ്ഞുപോകേണ്ടിവരില്ല, രോഗം വന്നാൽ ചികിത്സയ്ക്കുൾപ്പെടെ ആനുകൂല്യ

ങ്ങൾ, വിരമിച്ചാൽ മരിക്കുംവോളം പെൻഷനും. മരിച്ചാലോ, അടുത്തമാസം മുതൽ ഭാര്യയുടെ ജീവിതാവസാനംവരെ അവർക്കു കിട്ടും പെൻഷൻ. ചില്ലറ കാര്യമൊന്നുമല്ല!

റെയിലിൽ കയറിയ തീവണ്ടി പോലെയായിരുന്നു പിന്നെ ഇതുവരെയുള്ള ജീവിതം. അല്ലറ ചില്ലറ ആട്ടവും കുലുക്കവും ശബ്ദവും ഒക്കെ ഉണ്ടെങ്കിലും പൊറുതി സാമാന്യം ശാന്തമായിരുന്നു. കൂടെ കിട്ടിയ ആളുടെ പേരുപോലും ശാന്ത എന്നായതും ജീവിതശാന്തിക്കു പോഷകമായി. അവർക്ക് ഒന്നിനും ഒരു പരാതിയും ഉണ്ടാകാറില്ല. പത്തുകൊല്ലം മുമ്പ് മാറിടത്തിൽ ഒരു അനാവശ്യ വളർച്ച കണ്ടതായിരുന്നു ആകെ വന്നുപെട്ട ദുർഘടം. നല്ലകാലത്തിന്, അത് നേരത്തെ കണ്ടുപിടിക്കാനും ആവശ്യമായ ചികിത്സ ചെയ്യാനും ആ ചികിത്സ ഫലപ്രദമാകാനും ഭാഗ്യമുണ്ടായി.

ഒരാണും ഒരു പെണ്ണുമായി രണ്ടു കുട്ടികൾ. ഇരുവർക്കും നല്ല വിദ്യാഭ്യാസം നല്കാൻ പറ്റി. മകൻ ഐ ടി എൻജിനീയറായി ബംഗളൂരുവിൽ നല്ല നിലയിൽ (ഉയർന്ന ശമ്പളത്തിൽ) ജോലി ചെയ്യുന്നു. മകൾ നഴ്സിങ് പാസായി സർക്കാറിന്റെ സ്റ്റാഫ് നഴ്സാണ്. ഇരുവരും വിവാഹിതരാണ്, കുട്ടികൾ ആയില്ല എന്നേയുള്ളൂ.

ഒരുപാടിടങ്ങളിൽ ട്രാൻസ്ഫർ ആയി പോയെങ്കിലും അവസാനത്തെ പത്തുകൊല്ലക്കാലം പിറന്ന നാട്ടിൽ തന്നെ കൂടാനൊത്തു. തറവാട് പങ്കുവെച്ചപ്പോൾ കിട്ടിയ സ്ഥലത്ത് ഓഫീസിൽനിന്ന് ലോൺ വാങ്ങി കൊള്ളാവുന്ന ഒരു വീടുണ്ടാക്കി. ചുരുക്കത്തിൽ, പരിഹരിക്കാനാവാത്ത അല്ലലും അലട്ടുമോ നിറവേറാത്ത അടിസ്ഥാനസൗകര്യമോഹങ്ങളോ അലട്ടാതെ കഴിഞ്ഞുപോരികയായിരുന്നു.

ഭാര്യ ഈശ്വരവിശ്വാസിയാണ്. നാമം ജപിക്കാനും പ്രാർത്ഥിക്കാനും പൂജാമുറിയും സൗകര്യങ്ങളും വേണ്ടത്ര ഉണ്ട്. 'ഈശ്വരന് മേൽവിലാസം ഇല്ല' എന്ന തന്റെ 'തപാൽബുദ്ധിത്തമാശ' മാത്രമേ ഇഷ്ടപ്പെടാതെ ഉള്ളൂ. ശമ്പളം കിട്ടുമ്പോൾ വാങ്ങുന്ന ആ ഒരു ഫുൾബോട്ടിൽ റമ്മാകട്ടെ അവൾക്ക് കുറച്ചുകൂടി അനിഷ്ടകരമായ കാര്യമാണെങ്കിലും മാറാവ്യാധി പൊറുക്കുക എന്ന നിലപാടിലെത്തിയിരിക്കുന്നു. പ്രായോഗിക ജീവിതത്തിൽ അലകും പിടിയുംപോലെയുള്ള ചേർച്ച.

ചെറിയതോതിൽ ഇങ്ങനെയൊക്കെ ഒരു പുണ്യശ്രീമാനായി ഇരിക്കേയാണ് നാട്ടിൽ ഓർക്കാപ്പുറത്തു കോവിഡ് കടന്നുവരുന്നത്. ആദ്യവാർത്ത വന്നപ്പോൾ എന്തോ ഒരു പനി, എവിടെയോ ഉള്ളത്, അതിനെന്ത് എന്നാണ് കരുതിയത്. അങ്ങനെ പലതും വരാറുണ്ടല്ലോ. വന്നപോലെയങ്ങു പോവുകയും ചെയ്യും.

ഇത് അതിവേഗം പരക്കുന്നു എന്ന് കേട്ടപ്പോഴും ഗൗരവമായി എടുത്തില്ല. ലോകം മുഴുവൻ കാട്ടുതീപോലെ പടർന്നു പിടിച്ചപ്പോഴും, ആയിരത്താണ്ടുകളുടെ സംസ്കാരത്തുടർച്ചയുള്ള, ഗംഗയാറൊഴുകുന്ന, ഈ പുണ്യഭൂമിയിൽ, വിശേഷിച്ചും ദൈവത്തിന്റെ സ്വന്തം നാട്ടിൽ എന്തു കുഴപ്പം വരാൻ എന്ന് സമാധാനിച്ചു. എന്നിട്ട് ഇപ്പോൾ...

രണ്ടാം വല്ലി

ദിവസങ്ങൾക്കകംതന്നെ ജീവിതം നന്നേ പ്രയാസമായി. പുറത്തിറങ്ങാൻ വയ്യ. എല്ലാ മനുഷ്യരിൽനിന്നും അയിത്തപ്പാട് അകലെയേ നില്ക്കാവൂ. ആരെയും വീട്ടിലേക്ക് വിളിച്ചു കയറ്റാൻ പറ്റില്ല. പത്രം വേണമെങ്കിൽ ഇസ്തിരിയിട്ടു വായിക്കാം എന്നാണ് മകൾ പറഞ്ഞത്. അവൾ ജോലിക്കുപോകുന്നത് വല്ലാത്തൊരു വേഷം കെട്ടിയാണ്. അവളുടെ ഭർത്താവ് പൊലീസിൽ ഇൻസ്പെക്ടറാണ്. അയാൾക്ക് യാതൊരു ഒഴിവുമില്ലാതെ ഡ്യൂട്ടി. വീട്ടിൽ എല്ലാരും എൻ 95 എന്ന ഇനം മാസ്ക് തന്നെ വെക്കണം എന്നാണ് മകളും ഭർത്താവും ശഠിച്ചത്. അതു മുഖത്തു വെച്ചാലോ, കന്നുകാലിക്ക് മോന്തക്കൊട്ട കെട്ടിയ പോലെയാണ്. നേരെ ചൊവ്വേ ശ്വാസം കഴിക്കാൻപോലും പിന്നെ പറ്റില്ല.

എത്ര അടുത്ത ആളായാലും, ആർ മരിക്കാൻ കിടന്നാലും, മരിച്ചാൽ പോലും, അവിടം വരെ ഒന്ന് പോകാനാവില്ല. വിളിച്ചുപറഞ്ഞാൽ കൊണ്ടുവന്ന് പടിവാതില്ക്കൽ വച്ചിട്ട് പോകുന്ന എല്ലാ നിത്യോപയോഗ ഉരുപ്പടികളും സോപ്പ് പതപ്പിച്ചു കഴുകി അപ്പക്കാരത്തിൽ മുക്കി വേണം ഉപയോഗത്തിന് എടുക്കാൻ. രണ്ടു മണിക്കൂർ കൂടുമ്പോൾ കൈകൾ വെറുതെ സോപ്പിട്ട് കഴുകുകയും സാനിറ്റൈസർ എന്ന ഒരു വെള്ളംകൊണ്ട് എപ്പോഴും നനയ്ക്കുകയും വേണം. ഒരു നാറുന്ന വെള്ളം. 'അച്ഛൻ കുടിക്കുന്ന സാധനം തന്നെയാ!' എന്ന് മകൾ ആക്ഷേപധ്വനിയോടെ തമാശ പറഞ്ഞു ചിരിക്കുന്നു.

രാവിലെ അമ്പലത്തിൽപോയി വന്നേ ഭാര്യ ഭക്ഷണം കഴിക്കുക പതിവുള്ളൂ. ഇപ്പോൾ ക്ഷേത്രദർശനം പറ്റെ മുടങ്ങി. വേലിക്കപ്പുറത്തു വന്നു നിന്ന് മണിക്കൂറുകളോളം നാട്ടുവർത്തമാനം പറയുന്ന അയൽക്കാരിയുടെ നിഴൽപോലും നാലയലത്ത് വരാതെയായി.

അപ്പോഴും അല്പം ഒരു ആശ്വാസം ഉണ്ടായിരുന്നു, ഈ ഗുലുമാൽ അഥവാ പിടിപെട്ടാൽ തന്നെയും അത്രയേ ഉള്ളൂ കാര്യം എന്ന്. ഏറിയാൽ മൂന്നു ദിവസം തൊണ്ടവേദന, നാലഞ്ചു ദിവസത്തെ ചെറിയൊരു പനി അതുകൊണ്ടങ്ങ് തീരും സംഗതി. ശരീരവേദനയും ചുമയും ചിലപ്പോൾ നേരിയ ശ്വാസംമുട്ടും കൂടി ഉണ്ടായേക്കാം. ഏറിയാൽ ആയിരത്തിൽ ഒരാൾക്കല്ലാതെ ജീവഹാനി സംഭവിക്കില്ല.

ഇങ്ങനെ ആശ്വസിച്ചിരിക്കെയാണ് മകളുടെ ഭർത്താവിന് കോവിഡ് വന്നത്. രാവിലെ ജോലിക്ക് പോയ ആളെ, പരിശോധനയിൽ പോസിറ്റീവ് ആയതിനെത്തുടർന്ന്, നേരെ ആശുപത്രിയിലേക്ക് കൊണ്ടുപോയി. വിശേഷിച്ച് അസുഖം ഒന്നും ഉണ്ടായിട്ടല്ല, ഐസൊലേഷനിൽ കഴിയാനാണ് എന്നാണ് പറഞ്ഞത്. അത് ശരി എന്ന് വിശ്വസിച്ചു. ഊട്ടുറച്ച ഉരുക്കു പോലെയുള്ള ഒരു ശരീരത്തിൽ എന്ത് അസുഖം വരാനാണ് എന്നു സമാധാനിക്കുകയും ചെയ്തു! പക്ഷേ, ഒരു നഴ്സ് ആയിരുന്നിട്ടും ഭർത്താവിന്റെ കൂടെ നില്ക്കാനോ ചെന്നൊന്നു കാണാനോ അനുവാദമില്ല എന്നത് മകളെ വിഷമിപ്പിച്ചു. അവൾ മൂന്നു മാസം ഗർഭിണിയാണ്.

നാലുദിവസം കഴിഞ്ഞ് മരുമകനെ വേറൊരു വാർഡിലേക്ക് മാറ്റി. പ്രാണവായു കൊടുക്കാൻ തുടങ്ങി. ശ്വാസം കിട്ടാത്ത ബുദ്ധിമുട്ട് ഉണ്ടാകാതിരിക്കാനാണ് എന്നായിരുന്നു സമാശ്വസനം. അതിന്റെ നാലാംനാൾ ഐസിയുവിലേക്ക് മാറ്റി. ഫലത്തിൽ, ദൈവത്തിനൊഴികെ എല്ലാവർക്കും 'നോ സി യു!'

രണ്ടുനാൾകൂടി കഴിഞ്ഞപ്പോൾ പൊടുന്നനെ മെഡിക്കൽ കോളേജിലേക്ക് കൊണ്ടുപോയി. ന്യൂമോണിയ എന്നൊരു ഏടാകൂടം വന്നെന്നാണ് അറിഞ്ഞത്. അവസാനമായി ടെലിഫോണിലൂടെ വന്നത് ആൾ പോയി എന്ന വിവരവും! മകളെ മാത്രമാണ് മുഖമൊന്നു കാണാൻ അനുവദിച്ചത്. അതും ദേഹം ഒരു പ്ലാസ്റ്റിക് കവറിനകത്ത് ഭദ്രമായി മൂടി വെച്ച ശേഷം.

പിന്നീട് മകളുടെ മുഖത്ത് നോക്കാൻ ധൈര്യം തികയുന്നില്ല. ഭാര്യ പൂജാമുറിയിൽ പോകാറില്ല. ആകെ മരിക്കുന്ന ആ ആയിരത്തിൽ ഒരാൾ ഈ വീട്ടിൽനിന്നാവും എന്ന് ആരോർത്തു! അതു നിശ്ചയിച്ചത് ആരാണ് എന്നറിയാനുള്ള വഴിയാണ് അയാൾ ഇപ്പോൾ അന്വേഷിക്കുന്നത്.

കൂനിന്മേൽ കുരുവായി മറ്റൊരു സങ്കടംകൂടി ഉണ്ടായിരിക്കുന്നു. ബംഗളൂരുവിലുള്ള മകൻ പോസിറ്റീവ് ആയിട്ടുണ്ട്. ഈ വിവരം അറിഞ്ഞിട്ട് ഇന്നേക്ക് നാല് ദിവസമായി. അതിൽപ്പിന്നെ ആരും ഉറങ്ങിയിട്ടില്ല. പോയി അന്വേഷിക്കാൻ പറ്റില്ല, അവിടെയുമിവിടെയും ലോക് ഡൗൺ ആണ്. ബസോ തീവണ്ടിയോ വിമാനമോ പോകുന്നില്ല. പരിചയമുള്ള ടാക്സിക്കാർ മൂന്നുപേരുണ്ട്. അവരിലാരും റിസ്കെടുക്കാൻ തയ്യാറില്ല. ഏതായാലും, കുഴപ്പം വരില്ല, സമാധാനമായി ഇരിക്കൂ എന്ന് (ഫോണിലൂടെ) മൂവരും ധൈര്യം നല്കാതിരുന്നില്ല.

ആകെയുള്ള ആശ്വാസം ഈ ടെലിഫോൺ. പ്രത്യേകിച്ച് വിഷമം ഒന്നും ഇല്ലെന്ന് മകൻ കൂടെക്കൂടെ വിളിച്ചുപറയുന്നു. അതുകൊണ്ട് എന്തു കാര്യം? എപ്പോഴാണ് വിഷമം ഉണ്ടാവുക എന്ന് പറയാനാവില്ലല്ലോ. ചെറിയ വിഷമംപോലും ഞൊടിയിടയിൽ മഹാ വിഷമമായി മാറില്ല എന്ന് ആർക്കും ഉറപ്പു പറയാനുമാവില്ല!

മൂന്നാം വല്ലി

മോശമല്ലാത്ത ധൈര്യം കുട്ടിക്കാലത്തേ ഉണ്ടായി കിട്ടിയതാണ്. വളർന്നത് ഒരു വലിയ തറവാട്ടിലായിരുന്നു. ഇരുണ്ട മച്ചുകളും അടഞ്ഞു കിടന്ന തട്ടിൻപുറവുമുണ്ടായിരുന്നു. അതിനകത്തൊക്കെ ചെകുത്താൻമാരും ഭൂതങ്ങളുമാണെന്ന് മുതിർന്ന കുട്ടികൾ പറയുമായിരുന്നു. രാത്രികളിൽ ഭൂതങ്ങളെ സ്വപ്നം കണ്ട് ഞെട്ടി ഉണരും. പക്ഷേ, അതൊക്കെ ഇല്ലാത്തതാണ് എന്ന് കാലംകൊണ്ട് മനസ്സിലായി. അതുപോലെ സർപ്പക്കാവിലെ യക്ഷിയും തൊട്ടപ്പുറത്തെ അമ്പലനടയിലെ ആൽമരത്തിൽ ജീവിക്കുന്ന 'നരച്ചിയമ്മ'യും ശല്യം ചെയ്യാതെ ആയി. വഴിപോക്കരെ പിടിച്ച് സർപ്പക്കാവിലെ അത്തിമരത്തിന്റെ ഉച്ചിയിൽ കൊണ്ടുപോയിവെച്ച്

ചോര കുടിച്ച് എല്ലും പല്ലും നഖവും രോമവും അല്ലാത്തതൊക്കെ ഭക്ഷിക്കുന്ന യക്ഷിയാണ് യുക്തിബോധത്തിനുമുന്നിൽ നില്ക്കക്കള്ളി ഇല്ലാതെ ഒഴിഞ്ഞു പോയത്.

വെട്ടിത്തിളങ്ങുന്ന വാളും ചോരയൊലിക്കുന്ന ശിരസ്സും ഒക്കെയായി അലറി കലിതുള്ളിവരുന്ന വെളിച്ചപ്പാടും ആകാശം മുട്ടെ പൊക്കമുള്ള പാതാള ഗന്ധർവ്വനുമെല്ലാം അശാസ്ത്രീയമാണെന്ന് ബോദ്ധ്യമായി. പക്ഷേ, ശാന്ത ഇപ്പോഴും നില്ക്കുന്നത് അതൊന്നും അങ്ങനെയങ്ങ് തീർത്തു പറയാൻ വയ്യ എന്ന ഭാവത്തിലാണ്. 'തപാൽ വഴി കൈകാര്യം ചെയ്യാൻ വയ്യാത്തതെല്ലാം ഇല്ലാത്തതാ'ണെന്ന ധാരണയെയാണ് അവൾ തുടരത്തുടരെ എതിർക്കുന്നത്. കാണാൻ കഴിയാത്തതൊന്നും യഥാർത്ഥ ത്തിൽ ഇല്ല എന്ന ധാരണയെയും ചോദ്യം ചെയ്യുന്നു. വാദിച്ചുനില്ക്കാൻ അവൾ ഉപാധിയാക്കുന്നത് കൊറോണയെ തന്നെയാണ്. 'നിങ്ങളുടെ കണ്ണിൽ പെടുന്നുണ്ടോ, ആ അണുജീവി?' എന്നാണ് ചോദ്യം.

നോക്കിയും കണ്ടും അറിയാവുന്നതേ ലോകത്ത് ആകെ ഉള്ളൂ എന്ന ധാരണയാണ് ഇങ്ങനെ അടിയോടെ ഇളകിയത്. കാണാൻ കഴിയാത്ത തിനാൽ ഉണ്മ നിഷേധിക്കപ്പെട്ട പഴയ ഉരുപ്പടികൾ ഇതോടെ തിരിച്ചു വന്നു. അങ്ങനെയാണ് അയാൾ പേടി സ്വപ്നങ്ങൾ വീണ്ടും കാണാൻ തുടങ്ങിയത്.

തുടക്കത്തിലെ ഇത്തരം സ്വപ്നങ്ങൾക്ക് തമാശയുടെ മേമ്പൊടി ഉണ്ടായിരുന്നു. അയാളെ കഴുത്തിൽ പിടിച്ചുതൂക്കി അത്തിമരത്തിൽ കയറാൻ പോകുന്ന യക്ഷി സുന്ദരിയായ ഒരു പെണ്ണിനെ അപ്പുറത്തു കണ്ടപ്പോൾ അയാളെ ഉപേക്ഷിച്ച് അവളെ പിടികൂടി. കാരണം, അവളുടെ കഴുത്തിൽ വില പിടിച്ച ഒരു മുത്തുമാല ഉണ്ടായിരുന്നു. 'നെയ്യപ്പം തിന്നാൽ രണ്ടുണ്ട് കാര്യം' എന്ന് (പണ്ട് ആരോ പറഞ്ഞതുപോലെ) യക്ഷി കണ ക്കാക്കിക്കാണും! ഗന്ധർവ്വന്റെ കാലടിക്കീഴിൽ പെട്ടുപോയപ്പോൾ അഞ്ച ലോട്ടക്കാരന്റ കുന്തം രക്ഷപ്പെടുത്തി. മുള്ളു കുത്തി എന്നു കരുതിയാവാം ഗന്ധർവ്വൻ കാൽ കൂടുതൽ അമരുമ്മുമ്പ് പിൻവലിച്ചു! ഭാഗ്യം, താൻ ചത ഞ്ഞരഞ്ഞില്ല. വഴിയിൽ ഗന്ധർവ്വശല്യം ഉദ്ദേശിച്ചുതന്നെയാണ് കുന്തം കൈയിൽ കരുതിയതും. തപാൽസഞ്ചി കൈയിലുണ്ടെങ്കിൽ അഞ്ചലോ ട്ടക്കാരന് ഏത് മഹാരാജാവിനെയും കുത്തി വീഴ്ത്താം. അത് ബ്രിട്ടീ ഷുകാർ ഉണ്ടാക്കിയ നിയമമാണ്. അതിനു മീതെ ഗന്ധർവ്വനെന്നല്ല പരുന്തും പറന്നിട്ടില്ല ഒരിക്കലും.

സ്വപ്നത്തിലെ നരച്ചിയമ്മയ്ക്കുവേണ്ടി അയാൾ കരുതിയത് ഒരു തുണ്ട് നല്ല പുകയില. അതു പണ്ട് മുത്തശ്ശി പറഞ്ഞു പഠിപ്പിച്ച സൂത്രമാണ്. ഇളവെയിലുമേറ്റ്, വെള്ളി പോലെ നരച്ച തലമുടി വേർപെടുത്തിക്കൊണ്ട്, പച്ചപ്പുളിങ്ങയും ചവച്ച് ഇരിക്കുന്ന നരച്ചിയമ്മ അയാളെ ആകർഷിച്ചു, പൂപോലെ പൊക്കി അരികിൽ മരക്കവെളിയിൽ ഇരുത്തി. കിട്ടിയ ഇരയെ തന്റെ സൈന്യത്തിലെ മറ്റൊരു പൂച്ചക്കുറിഞ്ഞിയാരായി മാറ്റുകയാണ് അടുത്ത പരിപാടി. പക്ഷേ, അതിനുമുമ്പ് അയാൾ അവർക്ക് പുകയില

കൊടുത്തു. അത് വായിലിട്ട് ലഹരി പിടിച്ച് തൊണ്ണരിപ്പ് തീർക്കെ അവർ അയാളുടെ കാര്യം മറന്നുകിട്ടി.

മറ്റു ബാധകൾക്കും പ്രതിവിധി ഉണ്ട്. ദേവതോപദ്രവം ഇല്ലാതിരിക്കാൻ ഒരു ഇരുമ്പ് തുണ്ട് കൈയിൽ കരുതിയാൽ മതി. ഒരു ചെറിയ കത്തിയോ ഇരുമ്പാണിയോ ധാരാളം. ഇതൊക്കെ തലയണയ്ക്കടിയിൽ സൂക്ഷിക്കുന്നത് കണ്ട ഭാര്യ അയാളെ ഒരു പ്രത്യേകരീതിയിൽ നോക്കി. എന്നിട്ട്, നിരുപദ്രവമായ വികൃതി കാണിക്കുന്ന കുട്ടിയോട് ക്ഷമിച്ചിരിക്കുന്നു എന്ന മട്ടിൽ ഒന്ന് അമർത്തി മൂളി തിരിഞ്ഞു കിടന്നു.

ഇങ്ങനെയുള്ള പ്രതിവിധികൾകൊണ്ട് രാത്രിയിലെ പേടിസ്വപ്നങ്ങൾ ഒഴിഞ്ഞുകിട്ടി. ഉറക്കം പിന്നെ പിന്നെ ഇല്ലാതായതാണ് സ്വപ്നങ്ങൾ കുറയാനുള്ള യഥാർത്ഥ കാരണം. ആശുപത്രിയിലുള്ള മകനെക്കുറിച്ചും കടിഞ്ഞൂൽ ഗർഭിണിയായിരിക്കെ വിധവയായ മകളെക്കുറിച്ചും എന്തിനും താങ്ങായി എന്നുമുണ്ടാകുമെന്ന് കരുതിയ മരുമകനെ അകാലത്തു നഷ്ടപ്പെട്ടതിനെക്കുറിച്ചും തിരിച്ചും മറിച്ചും ആലോചിച്ച് ഉറക്കം വരാതെ നെടുതായി നിശ്വസിച്ചു നേരം വെളുപ്പിച്ചു. ഉണർന്നാൽ കൂടുതൽ അപകടങ്ങളെക്കുറിച്ച് ആലോചിച്ചു. ഉദാഹരണത്തിന്, ഈ അവസ്ഥയിൽ മകൾക്ക് എങ്ങാൻ കോവിഡ് വന്നാൽ... മകന്റെ അസുഖം മോശമായാൽ.... ശാന്ത കിടപ്പിൽ ആയാൽ... തനിക്ക് തന്നെ രോഗം ബാധിക്കാൻ ഇടയായാൽ...

നാലാം വല്ലി

ജലദോഷം വന്നു. പിന്നാലെ പനിയും അതിനു പിന്നാലെ തൊണ്ട വേദനയും തുടർന്ന് തലവേദനയും വന്നു. അടുത്ത ദിവസം ശരീരമാകെ വേദന, എന്തുകൊണ്ട് എന്നറിയാത്ത അസ്വസ്ഥത, വിശപ്പില്ലായ്മ എന്നിവയും. പരിശോധിക്കാൻ വേഷംകെട്ടി വന്നവർ വായിൽനിന്നും മൂക്കിൽനിന്നും എടുത്തു കൊണ്ടുപോയ സ്രവങ്ങൾ പോസിറ്റീവ് ആയി. വീട്ടിൽ മറ്റാരുമായും ബന്ധപ്പെടാതെ ഒരു മുറിയിൽ കിടന്നോളാൻ കല്പനയായി. ഭക്ഷണം കൊണ്ടുവരുമ്പോഴെങ്കിലും ഭാര്യയെ ഒന്ന് കാണാൻ കഴിയുന്ന ആ അവസ്ഥയിൽ കഴിയവെ ശ്വാസംമുട്ടൽ വന്നതിനാൽ ആശുപത്രിയിലേക്ക് പോയതോടുകൂടി ആരെയും കാണാൻ ഇല്ലാതായി. ശ്വാസംമുട്ടി മരിച്ചുപോകുന്ന അനുഭവം ഒരിക്കലല്ല പലതവണ ഉണ്ടായി. നരകത്തിലേ ഇങ്ങനെ പറഞ്ഞു കേട്ടിട്ടുള്ളൂ. എണ്ണയിൽ വറുത്തവനെ പുനരുജ്ജീവിപ്പിച്ചു വീണ്ടും വറുക്കുക! പിന്നെ വീണ്ടും വീണ്ടും വീണ്ടും വറുക്കുക!!

ഇത്രയും എത്തിയപ്പോൾ 'അമ്മേ!' എന്ന് ഉറക്കെ നിലവിളിച്ചു പോയി. അതു കേട്ട് ഭാര്യ അകത്തുനിന്ന് ഓടി വന്നു. അയാൾ ഉമ്മറത്തെ ചാരുകസേരയിൽ കിടന്ന കിടപ്പിൽ ഉറങ്ങാതെതന്നെ സ്വപ്നം കാണുകയായിരുന്നു.

'എന്തേ?' എന്നു ഭാര്യ.

'വേണ്ടാത്ത ആലോചനകൾ വരുന്നു.'

'അർജ്ജുനൻ ഫൽഗുനൻ.... എന്നു ജപിച്ചോളൂ. അതുകൊണ്ടും രക്ഷയില്ലെങ്കിൽ ആലത്തിയൂർ ഹനുമാനെ വിചാരിച്ചോളൂ. ഞാൻ അതാണ് ചെയ്യുന്നത്.'

തിരികെ അകത്ത് പോകുമ്പോൾ ഭാര്യ നിർദ്ദേശിച്ചു: 'ആ പത്രമോ മറ്റോ എടുത്ത് വായിച്ചുകൂടെ?'

അതു രാവിലെത്തന്നെ ഇസ്തിരിയിട്ട് കീടനാശനം വരുത്തി തയ്യാറാക്കിവെച്ചതാണ് എങ്കിലും തുറന്നു നോക്കിയിട്ടില്ല. പേടിയാണ്. ദിവസംതോറും കാര്യം വഷളായിക്കൊണ്ടിരിക്കുന്നു. വാർത്തകൾ ഒന്നിനൊന്നു മോശം!

അവസാനത്തെ പേജിൽ എങ്കിലും രസകരമായ നാട്ടുവർത്തമാനം വല്ലതും ഉണ്ടാകും എന്ന് കരുതിയാണ് പത്രം കൈനീട്ടി എടുത്തത്. അവിടെ കണ്ടതോ, അറബിക്കടലിൽ രൂപപ്പെട്ട കൊടുങ്കാറ്റിന്റെ ദൃശ്യവും 'ചുവന്ന കരുതൽ' അറിയിപ്പും!

കഴിഞ്ഞുപോയ പ്രളയം അയാളോർത്തു. അതിനുശേഷം കാണാറുള്ള പേടിസ്വപ്നവും ഓർത്തു. ആദ്യമായി പുഴ വീട്ടുമുറ്റത്തേക്ക് കയറി വന്നപ്പോഴും അത്രയേ ഉണ്ടാകൂ എന്ന് വിചാരിച്ചു. ആദ്യത്തെ രണ്ടു ചവിട്ടുപടികൾ കവിയേ അതിനുമപ്പുറം ഉണ്ടാവില്ല എന്നുതന്നെ കരുതി. ഭാഗ്യം എന്ന് പറയാം, അപ്പോഴേക്കും രക്ഷാപ്രവർത്തകർ തോണിയിൽവന്ന് എല്ലാവരെയും കൊണ്ടുപോയി. ആശ്വാസക്യാമ്പിൽ തറയിൽ വിരിച്ച പായയിൽ കിടക്കെയാണ് ആ സ്വപ്നം കണ്ടത്. വീടിനകത്ത് വെള്ളം കയറുന്നു. പുറത്തെ വെള്ളത്തിന് അതിശക്തിയായ ഒഴുക്കുണ്ട്. തനിക്കോ ഭാര്യക്കോ മക്കൾക്കോ നീന്താൻ അറിയില്ല. തന്റെ കുട്ടിക്കാലത്തെ തറവാട്ടുവീട്ടിൽ കുളമുണ്ടായിരുന്നു. മറ്റു കുട്ടികൾക്ക് എല്ലാം നീന്താൻ പഠിഞ്ഞു. വെള്ളംകൊണ്ട് അപകടമെന്ന് തന്റെ ജാതകത്തിൽ സൂചനയുള്ളതുകൊണ്ട് അമ്മ കുളത്തിൽ തനിച്ചു പോകാനോ കൂട്ടത്തിൽ ആണെങ്കിൽ പോലും ഇറങ്ങി നീന്താനോ അനുവദിച്ചില്ല. ഭാര്യക്ക് നീന്തലറിയാത്തതിൽ അത്ഭുതമില്ല. നഗരത്തിലെ ഇടത്തരക്കാരുടെ കുട്ടികൾ ആരും അത് പഠിക്കാറില്ല. മകളും മകനും അതിനു പറ്റിയ സാഹചര്യങ്ങളിൽ അല്ല വളർന്നതും.

ചുരുക്കത്തിൽ വെള്ളം കയറിക്കൊണ്ടിരിക്കുന്ന വീട്ടിൽനിന്ന് പുറത്തിറങ്ങാൻ വയ്യ. വീട്ടിലോ തുടർന്ന് കഴിയാനും വയ്യ. ഒരുനില വീടാണ്. മുകളിൽ ചെരിച്ചു വാർത്തിരിക്കുകയാണ്. വാതിലിന്റെ മുകൾപ്പടിക്കും മുകളിൽ വെള്ളം എത്തിയാൽ പിന്നെ വെള്ളത്തിലൂടെ ഊളിയിട്ടേ പുറത്തു കടക്കാനാവൂ. അപ്പോഴേക്കും ഒഴുക്ക് അതിന്റെ പാരമ്യത്തിൽ എത്തിയിരിക്കും!

തറവാട്ടു വീട്ടിൽ പണ്ട് കൂട്ടിൽ കയറിയ എലിയെ കൊല്ലുക ഇങ്ങനെയാണ്. കൂടോടെ കുളത്തിൽ കൊണ്ടുപോയി മുക്കി പിടിക്കും. അതിൽ

പെട്ട എലിയുടെ മരണവെപ്രാളം കണ്ടു രസിക്കാൻ ചിലപ്പോൾ കൂടെ ക്കൂടെ കൂടു പൊക്കുകയും വീണ്ടും താഴ്ത്തുകയും ചെയ്യാറുണ്ട്. വല്ല പ്പോഴും മുതിർന്നവർ പറയും: 'അരുത് കുട്ടികളെ. അവസാനം നിങ്ങൾ ഇതിനൊക്കെ കണക്കു പറയേണ്ടിവരും!'

താൻ ഇതിൽ പങ്കെടുക്കാറില്ലെങ്കിലും കണ്ടുനിന്ന പാപമുണ്ടല്ലോ. താൻ പണിത വീടുതന്നെ ഒരു എലിക്കെണിയായി മാറുക, അതിനകത്ത് സ്വയം കുടുങ്ങുക, കണക്ക് തീരുംവരെ ശ്വാസം മുട്ടുക!

വേണ്ട ആ വാർത്ത വേണ്ട. പേജ് മറിക്കുക. മറിച്ചപ്പോഴോ! ഇതാ കിടക്കുന്നു ചൈനയുടെ ഒരു റോക്കറ്റ് ഏതാനും മണിക്കൂറുകൾക്കകം തലയ്ക്കുമുകളിൽ വന്നു വീഴുമെന്ന വർത്തമാനം! ആരുടെ തലയ്ക്കു മുകളിൽ വീഴും എന്ന് തീർച്ചയില്ല. വീഴുന്നത് കരയിലാണെങ്കിൽ ആരു ടെയെങ്കിലും തലയ്ക്കു മുകളിൽ വീഴുമെന്ന് നിശ്ചയം. ആരും നിയന്ത്രി ക്കാൻ ഇല്ല,

കൈവിട്ട സൂത്രമാണ്. ഒരു സൗകര്യമുണ്ട്. വീടിനു മുകളിൽ വന്നു വീണു കഴിഞ്ഞാൽ പിന്നെ ആ വീട്ടുകാരുടെ ശവസംസ്കാരത്തെക്കുറിച്ച് ആരും വേവലാതിപ്പെടേണ്ട കാര്യമില്ല! ഉരുകി തിളച്ച് കത്തിയെരിയുന്ന ലോഹമാണ് വീഴുന്നത്. അയാൾ ഉറക്കെ കരയുക തന്നെ ചെയ്തു.

അഞ്ചാം വല്ലി

"ഈശ്വരാ, ബുദ്ധിഭ്രമമായിപ്പോയോ!" ഭാര്യ കൈകൾ മലർത്തി മേലോട്ടുയർത്തിക്കൊണ്ടാണ് ഇത്തവണ ഉമ്മറത്തേക്ക് വന്നത്, "ഇനി ഇതുംകൂടിയേ വേണ്ടൂ!"

"അനേകം തീവണ്ടി എൻജിനുകളുടെ ഭാരമുള്ള ഒരു സാധനം തല യ്ക്ക് മുകളിൽ വന്നു വീണാൽ എങ്ങനെയിരിക്കും എന്ന് ഒന്ന് ആലോ ചിച്ചു നോക്കിയേ!"

"വേറെ എത്ര സ്ഥലം കിടക്കുന്നു അതിനു വന്നു വീഴാൻ!"

"ഭൂമിയിൽ വേറെ ആൾ ഇല്ലാഞ്ഞിട്ടാണോ നമ്മുടെ മക്കൾക്ക് കോവിഡ് വരുന്നത്?"

"വരുന്നതൊക്കെ അനുഭവിക്കുക! അല്ലാതെ എന്ത് ചെയ്യും!"

"അതാണ് എനിക്കും അറിയേണ്ടത്."

"ആരോട് ചെന്നു ചോദിക്കാൻ!"

"അറിവുള്ളവരോട് ചോദിക്കാമല്ലോ, ഉപനിഷത്തിൽ ഒക്കെ പലരും മുൻപ് ചെയ്തപോലെ."

ഭാര്യയുടെ നോട്ടത്തിൽ സ്നേഹവും സഹതാപവും സങ്കടവും ഒരു മിച്ചു നിറഞ്ഞു നിന്നു.

അയാൾ തുടർന്നു: "വേറെയുമുണ്ട് പ്രശ്നങ്ങൾ: ഇനിയൊരു പ്രള യമുണ്ടായാൽ സംഭവിക്കാവുന്നത് എന്താണെന്ന് നിനക്കറിയാമോ?"

അത് ദൈവത്തിനല്ലേ അറിയാവൂ എന്നൊരു മട്ടിൽ നിന്ന ഭാര്യയോട് അയാൾ തന്റെ ഏറ്റവും വലിയ പേടി സ്വപ്നം വെളിപ്പെടുത്തി: "പശ്ചിമ

ഘട്ടത്തിലെ പടിഞ്ഞാറേ ചരിവിലെ ഭൂഭാഗത്തിന്റെ ഏതാണ്ട് പകുതി സ്ഥലം ഒന്നായി ഉരുൾപൊട്ടി കടലിലേക്ക് ഉരസി നിരങ്ങുന്ന കഥയാണ് അത്. മുല്ലപ്പെരിയാറും ഇടുക്കിയും താഴെയുള്ള എല്ലാ അണകളും ഒന്നൊന്നായി തകരുന്നതിനെ തുടർന്നാണ് ഇതുണ്ടാകുന്നത്. കേരളത്തിന്റെ പാതിയും കടലിൽ ആണ്ടുപോകുന്നു. കടൽ ഇങ്ങോട്ട് കയറി വന്ന് എല്ലാം മുക്കുന്നു എന്ന അനുഭവമാണ് ഫലത്തിൽ ഉണ്ടാകുന്നത്. ഇത്രയും വിസ്തൃതമായ കരപ്രദേശത്തുള്ള വസ്തുക്കളോ ജീവജാലങ്ങളോ ഒന്നും ശേഷിക്കില്ല!"

ഈ സ്വപ്നം ഒരിക്കൽ കണ്ടപ്പോൾ കടലിനടിയിൽനിന്ന് തനിക്ക് പരശുരാമന്റെ പഴയ വെൺമഴു കണ്ടുകിട്ടിയ അനുഭവവും ഉണ്ട്.

സഹിക്കാനാവാത്ത പേടിയോടെയും സങ്കടത്തോടെയും ആ വീട്ടമ്മ ചോദിച്ചു: "ഇതിനിപ്പോൾ ആരെന്ത് ചെയ്യാനാണ്."

"ഒന്നും ചെയ്യാനില്ല," അയാൾ സമ്മതിച്ചു, "അതുതന്നെയാണ് അതിന്റെ ഏറ്റവും വലിയ വിഷമവും!"

ഭീതിയുടെ പെരുപ്പും തന്നെയായി, പിന്നെ ജീവിതം. വരുംവരായ്കകൾ കണക്കുകൂട്ടുന്നതുപോലെയുള്ള അംഗവിക്ഷേപങ്ങളോടെയേ അയാൾ വീട്ടിനകത്ത് ഇരിക്കുകയോ നടക്കുകയോ കിടക്കുകയോ ചെയ്യൂ. ഒരിക്കലും ഉറങ്ങിയില്ല. ഉറങ്ങാനുള്ള ഗുളിക കൊടുത്താൽ കുറച്ചിട ഒന്ന് മയങ്ങും. ആ മയക്കത്തിൽതന്നെ അംഗവിക്ഷേപങ്ങൾ മുദ്രകളായെങ്കിലും ഉണ്ടായിരിക്കുകയും ചെയ്യും.

കൂടെക്കൂടെ വീട്ടുകാരി ചോദിക്കും, "ഒന്നും ആലോചിക്കാതെ ഇരിക്കാൻ കുറച്ചൊന്നു ശ്രമിച്ചുകൂടേ?"

"അതിനെപ്പറ്റിയും വേണ്ടേ അപ്പോൾ ആലോചന?" എന്ന് അയാൾ തിരിച്ചു ചോദിക്കും.

"ശരിയാണല്ലോ, അതും വേണമല്ലോ" എന്ന് അവർക്കും അപ്പോൾ തോന്നി.

പക്ഷേ, എല്ലാ കാര്യങ്ങളും ആലോചിക്കാൻ ഈ വീട്ടിൽ താൻ മാത്രമല്ലേ ഉള്ളൂ എന്നതാണ് അയാളുടെ പ്രധാന ആധി. തന്റെ ശവസംസ്കാരത്തെക്കുറിച്ച് ചിന്തിക്കാൻപോലും ഇപ്പോൾ വേറെ ആരുമില്ല. അത് എവിടെവേണം ആരൊക്കെ പങ്കെടുക്കണം എങ്ങനെ ചെയ്യണം എന്നെല്ലാം നിശ്ചയിക്കേണ്ടതില്ലേ?

മകന്റെ രോഗം മാറി എന്ന് നല്ല വാർത്ത വന്നിട്ടും ഈ ക്ലേശം പോയില്ല. രോഗം മാറി എന്ന് ഡോക്ടർമാർ നിശ്ചയിച്ചതിൽപിന്നെ പലരും പെട്ടെന്ന് കുഴഞ്ഞു വീണു മരിക്കുന്നു. അതും, ചെറുപ്പക്കാർക്കാണ് ഈ ദുരന്തം അധികവും വരുന്നത്.

കരുതിയിരിക്കണമെന്ന് ആവർത്തിച്ചു പറയുംതോറും മകൻ ചിരിക്കുകയാണ് കുട്ടികൾക്കുണ്ടോ വേണ്ടത്ര കരുതൽ! കൂടെ ചെന്നു നില്ക്കാനും വയ്യ. പോയാൽ ഇവിടെ മകൾക്ക് തുണയായി ആരുണ്ട്?

അച്ഛനെ ശ്രദ്ധിക്കാൻ അമ്മ തനിച്ചായാൽ പ്രയാസമാണ് എന്ന്

കരുതി മക്കൾ ഒരു ആൺസഹായിയെ ഏർപ്പാടാക്കി. പ്രായവും പക്വതയും ഒക്കെ ഉള്ള ഒരാൾ. അച്ഛന് ഒരു കൂട്ടുംകൂടി ആകുമല്ലോ എന്ന് കരുതി. പക്ഷേ, പരിസരബോധം ഉണ്ടാകുമ്പോൾ ഒക്കെ അയാൾ ആ സഹായിയുമായി വഴക്കിട്ടു. തനിക്ക് സ്വയബുദ്ധി ഇല്ലാതായി എന്ന് തോന്നിയതുകൊണ്ട് വീട് നോക്കാൻ വേറൊരാളെ വെച്ചിരിക്കുന്നു എന്നായിരുന്നു അയാളുടെ വിചാരം. എങ്കിലും, അയാളുടെ ഒരു പഴയ സഹപാഠിയും കൂടിയായ ആ മനുഷ്യൻ ഇതൊക്കെ സഹിച്ചും അവിടെത്തന്നെ നിന്നു. മാത്രമല്ല ഒരു പഴയ എലിമെന്ററി സ്കൂൾ അദ്ധ്യാപകനായ അദ്ദേഹം തനിക്ക് ആവും വിധം ഈ അസുഖത്തിന് പരിഹാരമുണ്ടാക്കാൻ ശ്രമിച്ചു. ഭക്തിയുടേയും വിശ്വാസത്തിന്റെയും കഥകൾ പറഞ്ഞു കൊടുത്തുകൊണ്ടായിരുന്നു ആ ശ്രമം. ആദ്യമാദ്യം അതിലൊന്നും ഒരു താല്പര്യവും അയാൾ കാണിച്ചില്ല. ധ്രുവന്റെയും പ്രഹ്ലാദന്റെയും ഒക്കെ കഥകൾ ആവർത്തിച്ചു പറഞ്ഞത് പാറപ്പുറത്ത് വിതച്ച വിത്ത് പോലെയായി. പക്ഷേ, ധൃതരാഷ്ട്രരുടെ കഥയിൽ എന്തുകൊണ്ടോ താല്പര്യം ഉണ്ടായി. അന്ധനായ ധൃതരാഷ്ട്രർ മക്കളെ അധികമായി സ്നേഹിച്ചത് അവരെ കാണാൻ കഴിയാത്തതുകൊണ്ടുകൂടിയാണ്. അവരെ തിരുത്താൻ ശ്രമിക്കാതിരുന്നത് അവർ ചെയ്യുന്നത് കാണാൻ വയ്യാത്തതുകൊണ്ടും. അവരെ പറ്റിയാണ് അയാൾ എപ്പോഴും നല്ലതും ചീത്തയുമായ സ്വപ്നം മാറിമാറി കണ്ടത്.

'ആലോചിക്കുകയാണ് എങ്കിൽ അമ്പാടിയിലെ കണ്ണനെ പറ്റി മാത്രം ആലോചിക്കുക', എലിമെന്ററി ഗുരു പറഞ്ഞു. 'സ്വപ്നം കാണുകയാണ് എങ്കിലും അതുതന്നെ മതി. നിങ്ങളുടെ അകത്തുതന്നെയുള്ള വിശുദ്ധിയും സമൃദ്ധിയും കുസൃതിയും വികൃതിയും ആണ് അത്. അതുതന്നെയാണ് ഈ പ്രപഞ്ചം നടത്തിക്കൊണ്ടുപോകുന്നത്. അതായത് നിങ്ങൾ തന്നെയാണ് നടത്തിപ്പുകാരൻ. കാര്യങ്ങൾ തിരുത്താനും, അതിനു സാമർത്ഥ്യമില്ലെങ്കിൽ, സഹിക്കാനും ഉള്ള അവസരവും ഉത്തരവാദിത്വവും നിങ്ങൾക്കു മാത്രമാണ്. സ്വന്തം വീടിനു താൻ തന്നെ തീ വെച്ചിട്ട് വെറുതെ നിന്ന് നിലവിളിക്കരുത്. ഇനി ഞാൻ ഈ വിഷയത്തെക്കുറിച്ച് ഒന്നും പറയില്ല. പറയാത്തത് പരിഭവിച്ചിട്ടല്ല. കൂടുതലായി ഒന്നും തന്നെ പറയാൻ ഇല്ലാത്തതുകൊണ്ടാണ്. മൂത്ത കായ പഴുത്തു പാകമാകണം. അല്ലാതെ, അകമേ പേടി പിടിച്ച് ചീഞ്ഞ് പുഴു തിന്നു പോകരുത്.'

ആറാം വല്ലി

ദൈവം ഇത്ര ക്രൂരനായ തമാശക്കാരനാണോ എന്നാണ് ഇത്രയും കേട്ടപ്പോൾ അയാൾക്ക് തോന്നിയത്. കുടുംബവും കുട്ടികളും ഒന്നുമില്ലാത്ത ഒരാൾക്ക് ഇതൊക്കെ പറയാം. തനിക്ക് ഒന്നും കേൾക്കേണ്ട എന്നു തുറന്നുതന്നെ പറയാതിരിക്കാൻ വയ്യാതായി.

ഈ ഉപദേശം കേൾക്കുന്ന ഭാര്യയുടെ മുഖത്ത് കണ്ട പ്രത്യേക പ്രസാദമാണ് അയാളെ വല്ലാതെ അലട്ടിയത്. അത്രതന്നെ താല്പര്യം മകൾക്കും ഉണ്ടായിരുന്നു.

കുട്ടികൾ വീട്ടിൽ താൻ ഇല്ലാക്കാലത്തേക്ക് ഒരു പകരക്കാരനെ കണ്ടെത്തിയിരിക്കുകയാണോ എന്ന് അയാൾക്ക് സംശയം തോന്നി! ആശങ്കയും ഭയവും ഒന്നുമില്ലാത്ത ഒരാൾ. പുരാണങ്ങൾ ഒക്കെ നല്ല വശം! ഈശ്വരൻ ഉള്ളം കൈയിൽ! കുട്ടികളെ പഠിപ്പിച്ച ശീലം ബഹുവിശേഷം!

പക്ഷേ, അതിനെ തുടർന്ന് അയാൾ ചിരിക്കാൻ ധാരാളം വകയുള്ള ഒരു അവസാനക്കിനാവുകൂടി കണ്ടു.

ഉണ്ണിക്കണ്ണൻ കൈവെള്ളയിൽ വെണ്ണയുമായി മുന്നിൽ വന്നുനിന്ന് ചിരിക്കുന്നു. സൂക്ഷിച്ചുനോക്കിയപ്പോഴോ അതു വെണ്ണയല്ല കൊറോണ എന്ന രോഗാണുവാണ്. ചക്കയ്ക്ക് എന്നപോലെ മുള്ളുകൾ ഉണ്ടാവില്ലല്ലോ വെണ്ണയ്ക്ക്.

ആ വികൃതിക്കുട്ടി പറഞ്ഞു: "ഇത് നിങ്ങൾ തന്നെ കടഞ്ഞെടുത്തതാണ്. അതിനാൽ ഞാൻ ഇത് നിങ്ങൾക്ക് തിരികെ തരുന്നു."

ഈ കിനാവിൽനിന്ന് കൂടി ഉണർന്നപ്പോഴാണ് അയാൾ കൊറോണക്കാലത്തെ എല്ലാ കിനാവുകളിൽനിന്നും ഒന്നിച്ച് ഉണർന്നത്. അപ്പോഴേ അറിഞ്ഞുള്ളൂ ഒന്നും സംഭവിച്ചിട്ടില്ല എന്ന്. എല്ലാവരും ചുറ്റും നില്ക്കുന്നു അടുത്ത വീട്ടിൽ കഴിയുന്ന, ബന്ധുകൂടിയായ, ഡോക്ടറുമുണ്ട്.

മരുമകൻ ഹൃദ്യമായി ചിരിച്ചു: "അച്ഛൻ ഞങ്ങളെയൊക്ക വല്ലാതെ പേടിപ്പിച്ചു കളഞ്ഞു!"

ലക്ഷങ്ങൾ മരിക്കുന്നു എന്ന ആഗോള കോവിഡ് വ്യാപന വാർത്ത അച്ചടിച്ച പത്രം ടീപ്പോയിൽ കിടക്കുന്നു. അതു വായിച്ചതിനെത്തുടർന്ന് തല കറങ്ങി വീണിട്ട് കുറച്ചിടയെ ആയുള്ളൂ.

സ്വപ്നത്തിൽ തനിക്ക് സഹായിയായി നിയമിതനായ ഗുരുനാഥൻ മാത്രം അപ്പോൾ അവിടെയെങ്ങും ഇല്ലായിരുന്നു.

കവിതകൾ

നാണം വേണ്ടേ!

തിരുവോണപ്പുലരി വിരിഞ്ഞേ/
ദൈവത്താറാടി വരുന്നേ/
തിരുമുറ്റമടിക്കാൻ പൊരിക!/
പൂക്കളമിട്ടെതിരെല്ക്കേണ്ടേ?

മുക്കുറ്റികളൊക്കെ മുടിച്ചേ/
ദിക്കെട്ടും നില്പു കൊറോണ/
പൊട്ടി പുറത്തെന്നിനി വെറുതെ/
കൊട്ടിപ്പാട്ടൊട്ടും പോരാ.

പറ്റില്ലേയിനിയുമനാസ്ഥ/
കുറ്റിച്ചൂലുന്നിയടിക്കാം/
പറ്റേയീയസുരനെയാട്ടി/
ച്ചെറ്റെന്നു കളം മെഴുകണ്ടേ?

മറ്റുള്ളൊരു വീട്ടിലുമില്ലാ/
മുറ്റത്തിനിയസുരപ്പടുമുള/
ഓണത്തിരുമുറ്റത്തുള്ളോ/
രാണെങ്കിൽ നാണം വേണ്ടേ!

ഞാൻ ആരെന്ന് പറയാമോ?

കുന്നിൽ മുകളിൽ മഴക്കാറുകൾ നിര/
ന്നൊന്നിച്ചുടവാളിളക്കുന്ന സന്ധ്യയിൽ/
എട്ടുദിക്കും ഞെട്ടുമാറിടി വെട്ടോടെ/
ഞെട്ടിച്ചുലകിനെ പേമാരി പെയ്യവേ/
നന്നേ ചെറിയൊരു കുഞ്ഞായ് പിറന്നു ഞാൻ/
എന്നെ മാറത്തെടുത്തമൃതൂട്ടിനാളമ്മ/
മുട്ടുകാൽ കുത്തിയും നീന്തിയിഴഞ്ഞും ഞാൻ/
ഒട്ടു ദൂരം പോകെയമ്മയ്ക്കതുത്സവം!/

എത്ര വട്ടം തലതല്ലി വീണാണു ഞാ/
നെത്തിയതിങ്ങോളമെന്നാരറിയുന്നു!/
പോന്ന വഴികളെ പച്ച പിടിപ്പിച്ചേ/
യിന്നേവരെയും ചിരിച്ചു ചരിച്ചു ഞാൻ/

മണ്ണിലെല്ലാരുമൊരുപോലെയാണെനി/
ക്കന്യരല്ലെന്നെത്തടഞ്ഞവർ പോലുമേ/
ഇന്നിവിടാഴിക്കരികിലെത്തുന്നിതാ/
ഇന്നിയും കാറ്റിൻ ചിറകിലുയരുവാൻ/

എന്തു രസമീ കളി! എത്ര വട്ടവും?/
സന്തോഷമായിത്തുടരാം, വരുന്നുവോ?/

ആരു ഞാനെന്നറിയാവുന്നവർക്കൊക്കെ/
ച്ചേരാമിതിൽ എന്നുമെപ്പൊഴും, കൂട്ടരേ!/

നൂത്ത

കുട്ടനും കിട്ടനും ചങ്ങാതിമാരായി/
ട്ടൊട്ടായി കാലങ്ങൾ മാളോരേ/

തൊട്ടടുത്താണവർ താമസമവർക്കിടെ/
കെട്ടീലൊരിക്കലും വേലി/

പെട്ടെന്നവർ പക്ഷേ, നിസ്സാരത്തേചൊല്ലി/
മുട്ടൻ വഴക്കായി കേട്ടീലേ/

കക്ഷിചേർന്നിരുപുറം നേതാക്കളപ്പോഴേ/
പക്ഷം പറഞ്ഞു പൊലിച്ചു/

വാക്കേറ്റമുന്തുതള്ളടിപിടിയങ്ങനെ/
വെട്ടുകേസ്സോളവുമെത്തി/

നാട്ടുകാരിൽ ചില നല്ലവരവർക്കിടെ/
നാട്ടീ പഴുതില്ലാവേലി/

എന്നിട്ടോ?

നല്ലൊരു നൂത്തയാ വേലിയിലുണ്ടായി!/
വല്ലാത്തൊരത്ഭുതംതന്നെ!/

ആരിതു ചെയ്തതെന്നൂരുകാർ രാപ്പകൽ/
ചേരി തിരിഞ്ഞു തർക്കിക്കേ/

ഇരുവീട്ടിലുംകുടി ജീവിച്ചു പോന്നൊരു/
വിരുതനാം പട്ടി മുരണ്ടു:/

നടവഴിയടയ്ക്കുവാനാരു വന്നാകിലും/
തുട ഞാൻ കടിച്ചു പൊളിക്കും!!/
ശത്രുതക്കോട്ട വീഴ്ത്താനും തുരക്കേണ്ടേ/
നൂത്തകൾ വേലിയിൽ?
ഭൗ ഭൗ!!

വരിനെൽചൊല്ല്

കണ്ടിരിക്കവേ കാണാതെയായൊരു/
കണ്ണിലുണ്ണിയാണമ്മയ്ക്കു നീ മോളേ/

അന്നു ഞാൻ മഹാ മാമുനിമാരുടെ/
അന്നമാകാൻ കതിരണിഞ്ഞു ചിരം/

കൊയ്തിടാതെ വിതയ്ക്കാതെയുമവർ/
ഉതിർമണികളാശിച്ചു പുലർന്നല്ലോ/

*ഓവില്ലാവിളയായി നീയുണ്ടായി/
പാവമീയമ്മ ധന്യയായ് മകളേ/

കാലം പോയി മുനിവാടമെല്ലാമേ/
നാടുനീങ്ങി നവലോകമായപ്പോൾ/

മുള്ളില്ലാമണി നല്കുന്ന നീയവർ/
ക്കിഷ്ടസുന്ദരിയായല്ലോ കണ്ണാളേ/

പിന്നെയമ്മ വരുന്നു നീ ഗർഭിണി/
യാവും കാലത്ത് നോവൊട്ടു പങ്കിടാൻ/

---

* ഓവ്: വരിനെന്മണിയുടെ ശിരസ്സിലെ കൂർപ്പൻ കൊമ്പ്

ഞാൻ വരികിൽ വിളവ് കുറയുന്നെ/
ന്നോർത്തിവർ നൂറുനൂറുപായങ്ങളാൽ/

എത്രയെത്ര യുഗങ്ങളായ് യത്നിപ്പൂ/
എന്നെയാട്ടിയകറ്റുവാൻ നിർദ്ദയം!

ഇവരറിയുന്നതില്ലെന്നുമൊരമ്മയ്ക്കി/
ല്ലവനിയിൽ മക്കളെന്നി മറ്റൊന്നെന്നും/
വിരവിൽ ഞാൻ വരും പ്രളയകാലം വരെ/
കൺമണീ നിന്നെ കാണ്മതിനെന്നതും!!

ഞാനിതൊക്കെ പറയുന്നുവെങ്കിലും/
പൊന്നുമോളേ നീ പോറ്റുകീ മർത്യരെ/
എന്നെയെത്രയുപദ്രവിച്ചീടിലും/
നിന്നെക്കാക്കാൻ ഇവരേ ഇനിയുള്ളൂ!!

പൊന്നാനിയിലെ ചിരഞ്ജീവി

1

നന്നായറിയാം എനിക്കങ്ങയെപ്പറ്റി/
യെന്നായിരുന്നു വിചാരം മഹാശയ!/

ഇന്നങ്ങെഴുന്നേറ്റു പോകെയീ ശൂന്യമാം/
മന്നിടം കാൺകെയേ ഞാനറിയുന്നുള്ളൂ:/

മൂന്നടികൊണ്ടു പ്രപഞ്ചമളന്നതാ
ണെന്നാടുമുൾപ്പെടുമാ പെരുമാളിടം!/

2

എന്നും പ്രസാദമധുരാർദ്രമാം വരം/
തന്നതിനെന്തുണ്ട് ദക്ഷിണയെന്നു ഞാൻ/

നിർനിദ്രചിത്തനായാർത്തനായ് മാഴ്കവേ/
എന്നെ തഴുകുന്നു പിന്നേയും നിൻ സ്വരം:/

ഒന്നുമില്ലെന്റെയായെന്നറിയുന്നവർ/
എന്നുമെല്ലാമുള്ളവരല്ലിയൂഴിയിൽ!/

പിന്നെന്തിനീ വൃഥാ സങ്കടം വില്ലെടു/
ത്തുന്നം പിടിക്കുകതിൻ ഹൃത്തിലേക്കുണ്ണി!/

ഇനിയും പത്തുനാൾ വാണെങ്കിലെന്നുള്ള/
ഖിന്നത ശുദ്ധ വിഡ്ഢിത്തത്തിരശ്ശീല!/

ഇന്നലെയിന്നെന്നു വേർതിരിക്കായ്കിൽ നാം/
പൊന്നാനിക്കാർ ചിരഞ്ജീവികൾ നിശ്ചയം!

മുക്കി*

1

'കടയുന്നു വയറെനിക്കെൻ
മക്കളൊക്കെയും/
പേടായൊടുങ്ങുന്നതും
കണ്ടു നില്ക്കവേ/

ആയ്യ്യായി മക്കളേ പൊയ്യല്ല മക്കളേ/
വയ്യായ്കയില്ലെനിക്കീ വടി
വീശുവാൻ!/

നല്ലതായ്ക്കിട്ടുവാൻ എല്ലൊടിഞ്ഞാകിലും/
തല്ലണമുലക്കകൊണ്ടെന്നു കേൾപ്പുണ്ടു ഞാൻ!/

മാനമുണ്ടിരുളുന്നു
വിശ്വഹൃൽവിക്ഷോഭ/
ത്തീനാമ്പുകള
തിന്നകമേ പുളയുന്നൂ/

നിങ്ങളെന്നിട്ടുമക
ത്തിരിപ്പിപ്പോഴും/

---

* മുക്കി = (കർക്കടകത്തിലെ) ഔഷധക്കഞ്ഞി

**മഞ്ഞുഴമദ്യോത്സവത്തിൻ
ലഹരിയിൽ!/

ദൂരെ മുരളും കൊടുങ്കാറ്റിതാ വന്നു/
ചേരാം ചുരമാന്തി
മുക്രയിട്ടചിരേണ/
ബാക്കിയാകില്ലൊരു രാവണൻ
കോട്ടയു/
മിക്കണ്ട വമ്പൻ മതിൽക്കെട്ടു
മൊട്ടുമേ!/

2

സ്വന്തഭ്രൂണങ്ങളെ
ക്കൊന്നു കറിയാക്കി/
യന്തിവിരുന്നൊരുക്കുന്നുവോ?
പൂക്കുന്ന/
മാമരങ്ങൾ നീളെയീ കൊടുംക്രൂരത/
അമ്മേ പൊറുക്കെന്നു കേഴുന്ന കേൾപ്പീലേ?/

പ്രാതലിനു പാഷാണമുച്ചയ്ക്കു കാകോളം/
രാത്രിയിൽ മായമില്ലാക്കാളകൂടവും/
രോഗമെന്താകിലുമൗഷധവും വിഷം/
വേഗമേറുന്നു മഹാനാശപാതയിൽ!/

3

ഇത്തിരുക്കുഞ്ഞനണു വരുത്തിത്തീർക്കു
***മത്യാഹിതം നാടുനീളെ പരക്കെയും/
രക്ഷയുണ്ടിൻസുലേഷൻകൊണ്ടു നേരിടാം/
തക്ഷകനെയെന്നു പാഴ്ക്കിനാവുണ്ണുന്നു!/

കോടാനുകോടികൾക്കമ്മയാം ഈയൂഴി/
പീഡിതയായ് ചോര വാർന്നു മരിക്കിലും/
ചെന്നു പാർക്കാം നമുക്കന്യ
ഗ്രഹങ്ങളി/
ലെന്ന മനക്കോട്ടയല്ലേ മരീചിക!/'

** മഞ്ഞുഴമദ്യോത്സവം = dim-light wet പാർട്ടി
*** കോവിഡ്

4

കുലമാകെയുട്ടി മെലിഞ്ഞു നീണ്ടാടുന്ന/
മുലകൾ നിലത്തുരഞ്ഞീടാതിരിക്കുവാൻ/
ചുളി വീണ മുതുകിലേക്കിട്ടും വിതുമ്മിയും/
തെളിമയില്ലാക്കണ്ണുയർത്തി
ക്കിതച്ചുമേ/

കിടുകിടെ വിറയ്ക്കുന്ന വടിയൂന്നി മുത്തശ്ശി/
ഇടതുകൈ വെയിലിനു തടപിടിച്ചോതുന്നു:/

5

'ഓരോ കഴഞ്ചാത്മബോധവും നന്മയും/
ഒരു പണത്തൂക്കം മനശ്ശക്തി ബുദ്ധിയും/
ഒരു തുടം സ്നേഹവും നേരായ നീൾക്കാഴ്ച/
ഒരു തരിമ്പും മേമ്പൊടിക്കനുകമ്പയും/
എന്തിനുണ്ടായെൻ പിറവിയെന്നിത്തിരി/
ച്ചിന്തയുമാരുണ്ടാനെന്ന വിവേകവും/
സങ്കടക്കണ്ണീരിലിലയിച്ചു മുക്കി വെ/
ച്ചെങ്കിലീയാമയം
നീക്കാമറിയുക!

എല്ലാം ഇവിടെയുണ്ടെങ്ങും തെരയേണ്ട/
നല്ലതു നോക്കിയെടുക്കുകയേ വേണ്ടൂ!/

കടയുന്നു വയറെനിക്കെൻ
മക്കളൊക്കെയും/
പേടായൊടുങ്ങുന്നതും
കണ്ടുനില്ക്കവേ.

ആയ്യ്യായി മക്കളേ പേയായ മക്കളേ/
വയ്യായ്കയില്ലെനിക്കീ വടി
വീശുവാൻ!/

നല്ലതായ്ക്കിട്ടുവാൻ എല്ലൊടിഞ്ഞാകിലും/
തല്ലാമുലക്കകൊണ്ടെന്നു കേൾപ്പുണ്ടു ഞാൻ!'

ലേഖനങ്ങൾ

മണി മുഴങ്ങുന്നത് ആർക്കുവേണ്ടി?

നവംബർ നാല് എം എസ് മണി എന്ന അപൂർവ്വ ജന്മത്തിന്റെ പിറന്നാളാണ്. സ്വാമി വിവേകാനന്ദൻ പറഞ്ഞതുപോലെ, ഭൗതിക സാന്നിദ്ധ്യം നമ്മെ വിട്ടുപോയിട്ടും ആ മണിമുഴക്കം നാം കേട്ടുകൊണ്ടിരിക്കുന്നു.

ആ മണി മുഴങ്ങിയതും ഇപ്പോഴും മുഴങ്ങിക്കൊണ്ടിരിക്കുന്നതും ആർക്കുവേണ്ടി, എന്തിനുവേണ്ടി? ചെവിയോർക്കാനും ചിന്തിക്കാനും നാം ബാദ്ധ്യസ്ഥരല്ലേ?

ആണെന്നാണ് എനിക്ക് തോന്നുന്നത്. രണ്ടു വയസ്സിന് ഇളയതായിരുന്നു എന്നതാണ് എന്റെ ഈ കാര്യത്തിലുള്ള ചുമതലാബോധത്തിന് നിദാനം.

ഒരു സങ്കടം, അത് എത്ര വലുതായിരുന്നാലും, അതിനെക്കുറിച്ച് അല്പമൊന്നു പറഞ്ഞാൽ കുറച്ചു കുറയും എന്നതാണല്ലോ നമ്മുടെ അനുഭവം. അതുമല്ല, ഇളയവർ പിരിഞ്ഞുപോകുമ്പോൾ അവർ ചെയ്യാൻ ബാക്കിവെച്ച കാര്യങ്ങൾ അതിലും ഇളയവരെ ഓർമ്മിപ്പിക്കുക എന്ന ചുമതലകൂടി ഉണ്ടാകുന്നു.

പത്രപ്രവർത്തനത്തിലെ നവോത്ഥാനപാരമ്പര്യം നിർവ്വചിച്ചതാണ് ഈ കൂട്ടത്തിൽ ഏറ്റവും പ്രധാനം എന്ന് കരുതിയാൽ തെറ്റാവില്ല.

എം എസ് മണി നടന്നെത്തിയ ഇടത്തുനിന്ന് മുന്നോട്ടുള്ള വഴി അപ്പോൾ നമുക്ക് തെളിഞ്ഞു കാണാം.

സ്വതന്ത്രഭാരതത്തിൽ പത്രപ്രവർത്തനത്തിന് അടിസ്ഥാന രൂപരേഖ തെളിഞ്ഞുവരുന്ന കാലത്തായിരുന്നുവല്ലോ അദ്ദേഹം പ്രവർത്തിച്ചു തുടങ്ങിയത്. സ്വാതന്ത്ര്യത്തിനു മുൻപേ തന്നെയുള്ള വലിയ മാധ്യമങ്ങൾ എങ്ങനെയാണ് മുന്നോട്ട് പോകേണ്ടത് എന്ന് തപ്പിത്തടയുന്ന കാലമായിരുന്നു അത്. കേന്ദ്ര ഭരണത്തെ ഒരു തരത്തിലും വിമർശിക്കാതിരിക്കുക

എന്നതായിരുന്നു എല്ലാവരുടെയും പ്രധാന നയം. അതുകൊണ്ടുതന്നെ രാഷ്ട്രപുനർനിർമ്മാണത്തിന് പത്രപ്രവർത്തനം കാര്യമായ സംഭാവന അക്കാലത്ത് ചെയ്തതായി കാണുന്നില്ല.

ഒരുവശത്ത് ഉച്ചനീചത്വങ്ങൾക്ക് പരിഹാരമുണ്ടാക്കാൻ കേന്ദ്രസർക്കാർ ശ്രമിക്കുന്നില്ല എന്നു കണ്ട ഇടതുപക്ഷം അതിന്റേതായ പാതയിൽ മുന്നോട്ടു പോകാൻ ശ്രമിക്കുകയായിരുന്നു. മറുവശത്ത് മെല്ലെമെല്ലെ സമുദായത്തിലെ ഛിദ്രശക്തികൾ, അത് മതപരമായാലും ജാതീയമായാലും, ജനങ്ങളെ ഭിന്നിപ്പിച്ച് പിടി മുറുക്കാൻ ശ്രമിക്കുകയുമായിരുന്നു.

ഈ പരിതസ്ഥിതിയിൽ ആണ് സ്വതന്ത്രമായ നിലപാട് എന്താണ് എന്ന് പത്രങ്ങൾക്ക് ചിന്തിക്കേണ്ടിവന്നത്. എല്ലാറ്റിന്റെയും കൂടെ നില്ക്കാൻ ആർക്കും കഴിയുമായിരുന്നില്ല. പല മസാലക്കൂട്ടുകളും മാറിമാറി വിളമ്പുകയാണ് പലരും ചെയ്തത്. ഇതിനിടെയാണ് മണി സ്വന്തം ഭൂമികയിൽ കാലുറപ്പിക്കാൻ ശ്രമിച്ചത്. പക്ഷേ, കേരളം എന്ന ചെറിയ നാട്ടിലെ വളരെ ചെറുതല്ലെങ്കിലും വലുതല്ലാത്ത ഒരു പത്രത്തിന്റെ അധികാരിയായിരുന്ന അദ്ദേഹത്തിന് ഏറെ പരിമിതികളുണ്ടായിരുന്നു. കുടുംബപാരമ്പര്യത്തിന്റെ ഭാഗത്തുനിന്നും സർക്കാരിന്റെ ഭാഗത്തുനിന്നും രാഷ്ട്രീയകക്ഷികളുടെ ഭാഗത്തുനിന്നും ഒരുപോലെ എതിർപ്പുകൾ നേരിടേണ്ടിവന്നു. എല്ലാം ഒരു സ്ഥിരം ചിരിയോടെ നേരിട്ടു, ചെറുപ്പക്കാരനായ ഈ ധീരൻ. തന്റെ കൈയിലെ പേനയും തന്റെ പത്രവും ഉപയോഗിച്ച് തനിക്കുവേണ്ടി മഹാധനം സമ്പാദിക്കാൻ അദ്ദേഹം ഒരിക്കലും ശ്രമിച്ചില്ല. താൻപ്രമാണിത്തം കാണിക്കാനും തന്റെ അധികാരം എവിടെയെങ്കിലും പൊലിപ്പിച്ചു നിർത്താനും അദ്ദേഹം ഒരിക്കലും ശ്രമിച്ചുമില്ല.

ഇതിനൊക്കെ പിൻബലമായി നിന്നത് ഒരു വ്യക്തി എന്ന നിലയിൽ അദ്ദേഹം പുലർത്തിപ്പോന്ന ദാർശനികമായ നിലപാടാണ്. ശ്രീനാരായണ ഗുരുദേവന്റെ ആശയങ്ങളായിരുന്നു പ്രമാണം. ആശയങ്ങളെ കൂട്ടിലിട്ട് കിളിയായിക്കൊണ്ട് നടക്കാനല്ല അതിന്റെ ചിറകുകളിൽ പറന്നുനടക്കാൻ ആണ് അദ്ദേഹം ഇഷ്ടപ്പെട്ടതും പ്രയത്നിച്ചതും.

ഇരുത്തംവന്ന ഒരാളുടെ ലക്ഷണം പ്രസാദാത്മകതയാണ് എന്ന് പറയാറുണ്ട്. അകത്തും പുറത്തും എപ്പോഴും വെളിച്ചം കാണുക എന്നതാണ് അതിന്റെ പ്രത്യക്ഷ ലക്ഷണം. ഒരുനിമിഷമെങ്കിലും അദ്ദേഹവുമായി കൂടി കഴിയാൻ തരപ്പെട്ട ആർക്കും ഈ വെളിച്ചം എപ്പോഴും കാണാൻ കഴിയും. പലപ്പോഴും അതൊരു കായകല്പ ചികിത്സപോലെ അനുഭവപ്പെടുക വരെ ചെയ്യും.

ഈ പ്രസാദാത്മകതയും ദർശനവും പത്രപ്രവർത്തക സുഹൃത്തുക്കൾക്കിടയിൽ പടർത്തിക്കൊണ്ടിരുന്നതാണ് അദ്ദേഹം ചെയ്ത ഒരു വലിയ സേവനം. ഇതിന്റെ പ്രഭാവം ഡൽഹിയിൽ ഉണ്ടായിരുന്ന കാലത്ത് എനിക്ക് നേരിട്ട് പരിചയമുണ്ട്. പ്രായംകൊണ്ട് വളരെ മുതിർന്നവർ പോലും ഓരോ വിഷയത്തിൽ അഭിപ്രായം അന്വേഷിച്ച് മണിയെ തേടി വരുന്നത് ഞാൻ കണ്ടിട്ടുണ്ട്.

പത്രപ്രവർത്തനം ഒരു വെറും പ്രൊഫഷനായി തരംതാഴാതെ ഇരിക്കാൻ ഈ നിലപാടുകൾ ഏറെ സഹായിച്ചു.

ആ മണിമുഴക്കം ഇപ്പോഴും നാം കേട്ടുകൊണ്ടിരിക്കുന്നു. പക്ഷേ, അത് മിക്കവരുടെയും നിർബ്ബന്ധിത ബാധിര്യത്തിന്റെ വഴിമുടക്കത്തെ മറികടക്കുന്നില്ല.

സാഹിത്യമായിരുന്നു അദ്ദേഹത്തിന്റെ രണ്ടാമത്തെ പ്രിയപ്പെട്ട കാര്യം. അതും വെറും ഒരു കമ്പം അല്ല ആഴത്തിൽ വേരോട്ടമുള്ളതുതന്നെ ആയിരുന്നു. പത്രപ്രവർത്തകനായില്ലെങ്കിൽ അദ്ദേഹം കവി കൂടിയായ ഒരു പ്രൊഫസറാകുമായിരുന്നു എവിടെയെങ്കിലും എന്നേ കരുതാനാവൂ. കേരളത്തിൽ സാഹിത്യ പത്രപ്രവർത്തനരംഗത്ത് വലിയ അഴിച്ചുപണിയാണ് അദ്ദേഹം പില്ക്കാലത്ത് ചെയ്തത്. പുതിയ കൈവഴികൾ വെട്ടിത്തുറക്കുന്ന എഴുത്തുകാരെ കണ്ടറിഞ്ഞ് പ്രോത്സാഹിപ്പിക്കാൻ അദ്ദേഹത്തിനു സാധിച്ചു. ഇത് കാര്യമായി ചെയ്യാൻ കഴിഞ്ഞ ഒരേയൊരു മുൻഗാമി എൻ വി കൃഷ്ണവാരിയർ ആയിരുന്നു. നല്ല എഴുത്തുകാരന് നല്ല പത്രാധിപരാകാൻ കഴിയില്ല എന്ന മുൻവിധി തകർക്കുകയായിരുന്നു കൃഷ്ണവാരിയർ. എഴുത്തുകാരൻ അല്ലാത്ത ആൾക്ക് നല്ല സാഹിത്യപത്രാധിപരാവാൻ സാദ്ധ്യമല്ല എന്ന മുൻവിധിയാണ് മണി തകർത്തത്.

മുഖത്തുനോക്കി കാര്യം പറയുന്ന സ്വഭാവം അദ്ദേഹത്തിന് ശത്രുക്കളെ ഉണ്ടാക്കി കൊടുത്തിട്ടുണ്ട്. ഇവർക്കെല്ലാം അങ്ങോട്ട് അല്ലാതെ അദ്ദേഹത്തിന് ആരോടും ഒരു ശത്രുതയും ഉണ്ടായിരുന്നില്ല.

എനിക്ക് മണിയെക്കുറിച്ച് തോന്നിയിട്ടുള്ള ഒരു പ്രധാന കാര്യം അദ്ദേഹം ഒരിക്കലും ഞാൻ ആരുടെയെങ്കിലും മുകളിൽ ആണെന്നോ താഴെയാണെന്നോ കരുതാറില്ല എന്നതാണ്. ഇതുകൊണ്ടാവാം ഏത് പ്രഗത്ഭനായ അധികാരിയുടെ എത്ര വലിയ കോട്ടയിലോ കൊത്തളത്തിലോ ആകട്ടെ എം എസ് മണി എപ്പോഴും സ്വാഗതം ചെയ്യപ്പെട്ടിരുന്നു!

'താങ്കൾ ഇപ്പോൾ പറഞ്ഞ ഈ തമാശ കേട്ടാൽ ജനങ്ങൾ ചിരിക്കുകയല്ല കരയുകയേ ഉള്ളൂ' എന്ന് ഒരു പത്രസമ്മേളനത്തിനിടെ, അതിപ്രതാപിയായ ഒരു കേന്ദ്രമന്ത്രിയുടെ മുഖത്തുനോക്കി മണി പറഞ്ഞതിന് ഞാൻ സാക്ഷിയാണ്. അത് പറഞ്ഞ രീതിയും അപ്പോഴത്തെ ഭാവവും പക്ഷേ, ഒരു തരത്തിലും ആരെയും ദേഷ്യം പിടിപ്പിക്കുന്നതായിരുന്നില്ല. പറഞ്ഞത് സത്യമാണെന്ന് ആ മന്ത്രിക്ക് പോലും ഉടനെ മനസ്സിലാവുകയും ചെയ്തു. 'ഞാൻ അങ്ങനെ പറഞ്ഞത് ദയവുചെയ്ത് ആരും റിപ്പോർട്ട് ചെയ്യരു'തെന്ന് അദ്ദേഹം സ്വയം തിരുത്തി!

സ്വർഗ്ഗത്തിലായാലും നരകത്തിൽ ആയാലും ദൈവത്തിന്റെ മുഖ്യ കിങ്കരന്മാരോട് മണി ഇതുതന്നെ പറയുന്നുണ്ടാവും!

പ്രസാദാത്മകതയുടെ അവതാരമായിരുന്ന പ്രിയ മിത്രമേ, സ്വസ്തി!

ചെറിയ വലുതുകളുടെ പെരുമാൾ

പത്താംതരത്തിൽ മഹാകവി കുമാരനാശാന്റെ *നളിനി* പഠിക്കാനുണ്ടായിരുന്നു. മഹാകവിയെപ്പറ്റി കൂടുതൽ അറിയാൻ ആഗ്രഹിക്കുന്നവർക്ക് തന്റെ കൈയിൽ ഒരു പുസ്തകം ഉണ്ട് എന്നും ആവശ്യമുള്ളവർ ടീച്ചേഴ്സ് റൂമിൽ വന്ന് വാങ്ങണമെന്നും മലയാള അദ്ധ്യാപകൻ പറഞ്ഞു. ക്ലാസ് കഴിഞ്ഞുപോകുന്ന അദ്ദേഹത്തിന്റെ കൂടെ തന്നെ ചെന്ന് ഞാൻ അത് വാങ്ങി.

കവർ ചിത്രവും ആദ്യത്തെ പേജുകളും ഒക്കെ എന്നോ പൊടിഞ്ഞുപോയ ഒരു പുസ്തകം. ആരെഴുതിയതെന്നോ എവിടെ അച്ചടിച്ചതെന്നോ ഇല്ല. പക്ഷേ, അതിൽ ആശാന്റെ ഒരു ചിത്രം ഉണ്ടായിരുന്നു. പുഞ്ചിരിക്കുന്ന ഒരു മുഖം. ആ മുഖത്തോട് ഏറ്റവും സാമ്യമുള്ള ഒരു മുഖം പിന്നെ ഞാൻ കാണുന്നത് മണമ്പൂർ രാജൻബാബുവിലാണ്.

പതിറ്റാണ്ടുകൾക്കുമുമ്പ് ബാബുവിനെ ആദ്യമായി കണ്ടപ്പോൾ തോന്നിയ ഈ കാര്യം ഞാൻ അദ്ദേഹത്തോട് ഇന്നേവരെ പറഞ്ഞിട്ടില്ല.

വള്ളുവനാട്ടിൽ വിരുന്നുകാരനായി വന്നു ബന്ധുവായി മാറിയ അദ്ദേഹം ഇവിടെ ഒരുപാട് നല്ല കാര്യങ്ങൾ ചെയ്യുകയുണ്ടായി. ഉൽബുദ്ധതയേയും സാഹിത്യവാസനയേയും ചുറ്റിപ്പറ്റിയായിരുന്നു ഇവയിൽ മിക്കതും. എല്ലാം എത്ര ഫലപ്രദമായി എന്ന് തിരിച്ചറിയണമെങ്കിൽ ഇങ്ങനെയൊരാൾ ഇവിടെ ഇല്ലായിരുന്നുവെങ്കിൽ എന്താകുമായിരുന്നു സ്ഥിതി എന്ന് ഓർത്തു നോക്കിയാൽ മതി.

സമൂഹമാധ്യമം എന്നൊന്ന് ഇല്ലാതിരുന്ന ആ കാലങ്ങളിൽ മുഖ്യധാരാമാധ്യമങ്ങളുടെ കോട്ടമതിലുകൾക്കകത്ത് കടക്കാൻ കഴിയാത്ത കാര്യങ്ങൾക്ക് പ്രസക്തിയും സ്ഥാനവും കല്പിച്ചുകൊണ്ട് ചെറിയ മാസികകൾ പ്രചാരത്തിൽ വന്നു. അവയുടെ ചേരമാൻ പെരുമാൾ എന്ന്

ബാബുവിനെ വിശേഷിപ്പിക്കാം.

അതിനേക്കാൾ പ്രധാനം അദ്ദേഹം എഴുത്തുകാരെ, മലബാറിലെ എഴുത്തുകാരെ പ്രത്യേകിച്ചും, സ്വന്തം അഭിപ്രായത്തിന്റെ വിലയെക്കുറിച്ച് ബോധവാന്മാരാക്കി എന്നതാണ്. എഴുതാനുള്ള സ്വാതന്ത്ര്യത്തെക്കുറിച്ച് അദ്ദേഹവും സർക്കാരും തമ്മിൽ നടന്ന ഗുസ്തി നമുക്ക് മറക്കാവതല്ലല്ലോ. മണമ്പൂർ രാജൻ ബാബു എന്ന ഒറ്റയാൾ പട്ടാളം ആ യുദ്ധം ജയിച്ചു!!

അച്ചടി പതിഞ്ഞ കടലാസിനെ ഇത്രയേറെ സ്നേഹിക്കുന്ന ഒരാളെ വേറെ കാണാൻ പ്രയാസം. അവയുടെ മഹാ ശേഖരമാണ് തന്റെ സമ്പാദ്യം. അതിനെ പരിപാലിക്കാൻ തന്നെ വേണം ദിവസത്തിന്റെ മിക്ക ഭാഗവും.

കാടു വെട്ടാനുള്ള ആയുധമാണ് അദ്ദേഹത്തിന് കവിത. നാരായവേര് നോക്കിയാണ് അറുക്കുക. വാളുപോലെ വലുതല്ല, വളരെ ചെറിയ അലകും പിടിയും ഉള്ള ഒരു ആയുധം. പക്ഷേ, താൻ അറുക്കുന്നത് ആസുരികതയുടെ വേര് ആയാലും പ്രകൃതിസ്നേഹിയായ അദ്ദേഹത്തെ അത് വിഷമിപ്പിക്കുന്നു. കാല്പനികതയുടെ സംഭാവനയായ ആ വേദന പക്ഷേ, തന്റെ ധർമ്മത്തിൽ നിശ്ചയ ബുദ്ധിയായാണ് രൂപാന്തരപ്പെടുന്നത്.

സൗമ്യനും സ്നേഹശീലനുമായ ഒരാൾ. കഴിയുന്ന സഹായം ആർക്കും ചെയ്യാൻ എപ്പോഴും തയ്യാറാണ്.

എന്നാലും ജനിച്ചുവളർന്ന ഇടത്തെ തന്റെ വേരുകൾക്ക് അല്പം വളവും വെള്ളവും നല്കാൻ കൂടെക്കൂടെ അവിടെ പോകാറുണ്ട്. അതാണ് പൊക്കിൾകൊടി എന്ന തിരിച്ചറിവാകാം കാരണം.

ആ കണ്ണുകളിലേക്ക് ഉറ്റു നോക്കിയാൽ കാണാം മനുഷ്യസമത്വ ത്തിന്റെ മഹാ സങ്കല്പം അകത്ത് ഒളിച്ചിരിക്കുന്നു എന്ന്. അതാണ് പ്രാണവായുവിന്റെ പ്രഭവസ്ഥാനം.

ഇനിയും ഒരുപാട് കാലം ഇതൊക്കെ ഇങ്ങനെ ഇരിക്കട്ടെ എന്നാണ് എന്റെ ആശംസ. പ്രായം കൊണ്ട് അനിയനാണ്, കണ്ണുകളിലെ തിളക്കവും ചുണ്ടത്തെ ചെറു ചിരിയും ഏറെക്കാലം മായാതെ പുലരട്ടെ.

ഓർക്കുന്നെങ്കിൽ ശരിയായി ഓർക്കുക!

ഓർമ്മിക്കേണ്ടവരെയൊക്കെ എല്ലായ്പ്പോഴും എല്ലാവർക്കും ഓർക്കാൻ കഴിഞ്ഞു എന്നു വരില്ല. (ഓർക്കുക വല്ലപ്പോഴും എന്നല്ലേ കവി പ്രിയ കാമുകിയോടുപോലും പറയുന്നത്!)

പക്ഷേ, അഥവാ ഓർമ്മിക്കുന്നു എങ്കിൽ ശരിയായി ഓർമ്മിക്കുന്നതല്ലേ മര്യാദ?

കോഴിക്കോടിന് 17 മൈൽ വടക്ക് മൂടാടി എന്നിടത്ത് കേളപ്പൻ നായർ എന്ന ഒരാളുണ്ടായിരുന്നു. കേളപ്പജി എന്ന് അദ്ദേഹത്തെ ശരിയായി അറിയാൻ ഭാഗ്യമുണ്ടായവരും 'കേരളഗാന്ധി' എന്ന് ചരിത്രവും വിളിക്കുന്ന കെ കേളപ്പന്റെ അമ്പതാം ചരമവാർഷികത്തോടനുബന്ധിച്ച് പുറത്തുവന്ന ചില കുറിപ്പുകൾ കാണുമ്പോൾ ഇങ്ങനെ പറയാൻ തോന്നുകയാണ്.

സ്വജീവിതം മുഴുവൻ സത്യത്തിനും നീതിക്കും വേണ്ടി ഉഴിഞ്ഞുവെച്ച അദ്ദേഹം ഒരു കക്ഷിയുടെയും വളർച്ചയ്ക്ക് അല്ല ജനനന്മയ്ക്കുവേണ്ടിയാണ് പോരാടിയത്. അതുകൊണ്ടുതന്നെ അദ്ദേഹത്തെ ഇപ്പോൾ ഒരു കക്ഷിയും സ്വന്തം എന്ന് കരുതുന്നില്ല. (ഇക്കാലത്തെ കക്ഷികളുടെ ഒരു പൊതുസ്ഥിതി വച്ചുനോക്കുമ്പോൾ ഇത് അദ്ദേഹത്തോട് ചെയ്യാവുന്ന പ്രാഥമിക നീതിയുമാണ്.)

പക്ഷേ, കേരളീയ നവോത്ഥാനത്തിന്റെ മുഖ്യ ശില്പികളിൽ ഒരാളായ അദ്ദേഹത്തിന് ആ സ്ഥാനം അനുവദിച്ചുകൊടുക്കാൻ ഒരു കക്ഷിയും തയ്യാറാവാത്തത് ഏറ്റവും മിതമായ ഭാഷയിൽ പറഞ്ഞാൽ നെറികേടാണ്.

എൻ എസ് എസിന്റെ ആദ്യ അദ്ധ്യക്ഷനും കറുകച്ചാൽ സ്കൂളിന്റെ ഒന്നാമത്തെ പ്രധാന അദ്ധ്യാപകനും ആയതുകൊണ്ടാണോ ഇത്? ഒരു സമുദായത്തിന്റെ ശോചനീയാവസ്ഥയ്ക്ക് പരിഹാരം കാണാൻ മുന്നിട്ടി

റങ്ങിയത് ശരിയല്ല എന്നാണോ! എന്തായാലും അദ്ദേഹം ഉയിർത്തെഴുന്നേറ്റു വന്നു തലയിൽ കൈവെച്ച് 'എന്റെ പിഴ!' എന്നു കരയാൻ തയ്യാറാകുമെന്ന് തോന്നുന്നില്ല!

അതിരിക്കട്ടെ, ഗുരുവായൂർ സത്യഗ്രഹത്തിന് സ്മാരകം പണിതപ്പോൾ അതിൽ എവിടെയെങ്കിലും അദ്ദേഹത്തിന്റെ പേര് ഒന്ന് കുറിച്ച് വയ്ക്കാത്തത് എന്തുകൊണ്ടാണ്? അയിത്തത്തിന് എതിരെ നേർക്കുനേർ നിന്ന് പോരാടിയ ആ മഹാധീരനോട് ഇത്രയ്ക്ക് അയിത്തമോ?

മാതൃകാപരമായ ഒരു വിദ്യാഭ്യാസ സമ്പ്രദായത്തിന്റെ കൊടിയടയാളമായും അതിന്റെ തണലിൽ കേരളത്തിന്റെ പുരോഗതിയുടെ നാന്ദി കുറിച്ചും അദ്ദേഹം തവനൂരിൽ സ്ഥാപിച്ച കേന്ദ്രം അദ്ദേഹത്തിന്റെ സ്മരണയോട് ഒരു നന്ദി വാക്കുപോലും പറയാതെ അടിച്ചുമാറ്റിയതിന്റെ പേര് ഉളുപ്പില്ലായ്മ എന്നല്ലേ?

ഭാരതപ്പുഴയുടെ തീരത്തെ പുറമ്പോക്കിൽ അദ്ദേഹം അന്ത്യവിശ്രമം കൊള്ളുന്നേടത്തിന് നേരെ മുകളിലൂടെയാണ് വലിയൊരു പുതുപാത വരുന്നത്. കുറ്റിപ്പുറം പാലത്തിന് അടിയിൽ ആയിപ്പോയ തേവരെക്കുറിച്ച് മഹാകവി ഇടശ്ശേരി പാടിയത് വേണമെങ്കിൽ ഓർക്കാം!

കേന്ദ്രമന്ത്രിസഭയിൽ ചേർക്കാൻവേണ്ടി ജവഹർലാൽനെഹ്റു വീണ്ടും വീണ്ടും വിളിച്ചിട്ടും ഇദ്ദേഹം പോകാതിരുന്ന കാര്യം ഓർക്കാതിരിക്കാനും നമുക്ക് ന്യായം ഇല്ലാതെ ഇല്ല: കട്ടും കവർന്നും തന്റെ കുടുംബത്തിനുവേണ്ടി കോടികൾ ഉണ്ടാക്കി വയ്ക്കാത്ത ഒരു 'കൊള്ളരുതാത്തവ'നെ എന്തിന് ഓർക്കണം എന്നതു ന്യായം തന്നെ!!

തീരുമാനം വൈകരുതാത്ത ഒരു കാര്യം

കടത്തു കടക്കുന്ന ഒരു ബ്രാഹ്മണൻ പുഴയുടെ നടുവിൽ വെച്ച് തോണിക്കാരനോട് ചോദിച്ചത്രെ: 'നീ വേദാന്തം പഠിച്ചിട്ടുണ്ടോ?'

ഇല്ലെന്നു തോണിക്കാരൻ വിനയാന്വിതം.

ബ്രാഹ്മണൻ വിധിച്ചു: 'എങ്കിൽ നിന്റെ ജീവിതം വെറുതെയായി!'

അതിനിടെ, പടിഞ്ഞാറ് കൈപ്പത്തിപോലെ പൊങ്ങിയ മഴക്കാർ ഞൊടിയിടയിൽ കാറ്റും കോളും ആയി മാറുന്നത് കണ്ട് തോണിക്കാരൻ ചോദിച്ചു: 'അതിരിക്കട്ടെ, അങ്ങേയ്ക്ക് നീന്തൽ അറിയാമോ?'

ഇല്ലെന്ന് ബ്രാഹ്മണൻ.

"എങ്കിൽ അങ്ങയുടെ ജീവിതം ഇപ്പോഴേ വെറുതെയായി," തോണിക്കാരൻ ആത്മാർത്ഥമായി സഹതപിച്ചു.

അറിവാണ് ഏറ്റവും പ്രിയപ്പെട്ട മൂല്യം എന്ന് പറയാറുണ്ടല്ലോ. പക്ഷേ, അതിനേക്കാൾ വിലപ്പെട്ടതാണ് പ്രാണൻ എന്നാണ് ഈ കഥയുടെ അർത്ഥം. എന്തും ത്യജിച്ചും ജീവിക്കുക! ജീവനേക്കാൾ വലുതായി ഒന്നുമില്ല. ജീവൻ ദേഹത്തിൽ നിലനില്ക്കണമെങ്കിൽ പ്രാഥമികമായി ആവശ്യം പ്രാണനാണ്. പ്രാണവായു ഇല്ലാതായാൽ എത്ര വീരശൂരപരാക്രമിയായ ഏതു രാജാധിരാജനും നാലു മിനിറ്റിൽ ഒടുങ്ങും.

എന്നാലോ, വന്നുവന്ന് ഈ അടുത്ത കാലത്തായി ഏറ്റവും വില കുറഞ്ഞ വസ്തു മനുഷ്യജീവനാണ്. ആത്മഹത്യകൾ പെരുകുന്നു, അപകടങ്ങൾ വർദ്ധിക്കുന്നു, ആതങ്കവാദം മുറുകുന്നു, മനുഷ്യരുടെ മാത്രമല്ല ഭൂമുഖത്തെ എല്ലാ ജീവനും ഒരുമിച്ച് നശിക്കാൻ ആവശ്യമായ എല്ലാ സജ്ജീകരണങ്ങളും ഒരുങ്ങിയിരിക്കുന്നു. ജനിതകമാറ്റം വരുത്തിയ അണുക്കളുടെ ആക്രമണം ലക്ഷങ്ങളെ കൊന്നുകൊണ്ടിരിക്കുന്നു. നിങ്ങളുടേയും എന്റെയും ജീവന് ഭൂമിയിലെ ഒരു മാർക്കറ്റിലും കാലണ വിലയില്ല!

പണ്ടൊക്കെ ഏത് ക്രൂരനായ ചക്രവർത്തിയും ആളുകളെ കൊല്ലുമ്പോൾ കുറെ കൊന്നു കഴിഞ്ഞാൽ മടുത്തു നിർത്തുമായിരുന്നു. വെട്ടി വെട്ടി മതിയായും ചത്ത് കിടക്കുന്നവരെ കണ്ടു ചെടിച്ചും ആണ് ഈ മടുപ്പ് ഉണ്ടാകാറ്. ഇപ്പോൾ കൊല്ലുന്ന ആൾ മരിച്ചു പോകുന്നവരെ കാണുന്നേയില്ല. അതിനാൽ ശവം കണ്ടു മതിയാകുന്ന പ്രശ്നവുമില്ല!

ഭക്ഷണവസ്തുക്കളിൽ മായം ചേർത്ത് മനുഷ്യരെ പതുക്കെ കൊല്ലുന്നവരും അവർ കൊല്ലുന്ന ആളുകളെ കാണാറില്ലല്ലോ.

അവന്റെ ചോരയ്ക്ക് ഞാനാണോ കാവല്ക്കാരൻ എന്ന ചോദ്യത്തിൽ ചോര എന്ന പദം ജീവൻ എന്ന അർത്ഥത്തിൽ തന്നെയാണ് ഉപയോഗിച്ചിരിക്കുന്നത്. ഇതോടുകൂടി പതനമാരംഭിച്ചു. ഇപ്പോൾ ഈ ചോദ്യം ഉയിർക്കാറേ ഇല്ല എന്ന് മാത്രമല്ല ഉത്തരം വളരെ കൃത്യമായി എല്ലാവർക്കുമറിയാം: ആരുടെയും ജീവന് ഞാൻ കാവല്ക്കാരൻ അല്ല എന്ന ഉറപ്പു മാത്രമല്ല എത്ര ജീവനും ഒരുമിച്ച് ഒടുക്കാനുള്ള ആയുധം എന്റെ കൈയിൽ ഉണ്ട് എന്നുള്ളതാണ് എന്റെ ഇപ്പോഴത്തെ മേന്മ. എന്നിട്ട് നാം നമ്മെ സ്വയം വിശേഷിപ്പിക്കുന്നത് പരിഷ്കൃതമനുഷ്യർ എന്നാണ്.

ഇതും പോരാഞ്ഞിട്ട് ഈ പ്രപഞ്ചത്തിൽ മറ്റ് എവിടെയാണ് ജീവനുള്ളത് എന്ന് അന്വേഷിച്ചുകൊണ്ടിരിക്കുകയാണ് നാം. വെറുമൊരു കൗതുകംകൊണ്ടല്ല ഈ അന്വേഷണം. അവരും നമ്മെപ്പോലെ ആയിരിക്കാം എന്ന് നാം ഭയപ്പെടുന്നു. നമ്മെ മുച്ചൂടും മുടിച്ചു കളയും എന്നാണ് പേടി. അതിനാൽ, അങ്ങനെ ആരെങ്കിലും എവിടെയെങ്കിലും ഉണ്ടെങ്കിൽ അവരെ ഉടനെ കണ്ടെത്താനും അവരുമായി ചങ്ങാത്തം സ്ഥാപിക്കാനും അല്ല അതിനേക്കാൾ മെച്ചം അവരെ നശിപ്പിക്കയാണെന്ന് കണ്ടാൽ അതിനും നാമാഗ്രഹിക്കുന്നു! മനസ്സിന്റെ മനസ്സിനകത്തെ ആഗ്രഹം ഇതാണ്.

കാല്പനിക തലത്തിൽ ഇതര ജീവന്റെ സംരക്ഷണത്തിന് നല്കപ്പെടുന്ന പ്രാധാന്യം വളരെ ശ്രദ്ധേയമാണ്. മുഖത്തടിക്കുന്ന കൊതുകിനെ എന്നല്ല കൊല്ലുന്ന രോഗാണുവിനെ വരെ ഉപദ്രവിക്കരുതെന്ന് അത് നീളുന്നു. അതേസമയം പ്രായോഗിക ബുദ്ധി എന്തിനെയും എവിടെയും എപ്പോഴും കൊന്നൊടുക്കാമെന്ന് മറുപുറത്തേക്കും നീളുന്നു. ഇക്കാര്യത്തിൽ ലക്ഷ്മണരേഖ എവിടെ വരയ്ക്കണം എന്നതാണ് സംസ്കാരത്തിന് നിദാനം എന്നൊരു ധാരണ പണ്ടേയുണ്ട്.

ഈ കാര്യത്തിൽ പൊതുവായ തീരുമാനം ഉണ്ടാകുന്നതുവരെ എന്നല്ല ആ തീരുമാനം നടപ്പിലാക്കുന്നതു വരെ ലോകത്ത് സമാധാനവും ശാന്തിയും സാദ്ധ്യമല്ല. കൊലയിലൂടെ ആരെയെല്ലാം ഇല്ലായ്മ ചെയ്യാമെന്നും ചെയ്തുകൂടെന്നും ഉള്ള കാര്യത്തെ മാത്രമല്ല ഈ ചോദ്യം അഭിസംബോധന ചെയ്യുന്നത്. അന്യന്റെ എന്തെല്ലാം എന്റെയാക്കാം എന്ന ഹിംസയുടെ അതിർവരമ്പ് നിശ്ചയിക്കുന്നതിനുള്ള തടസ്സങ്ങളെക്കൂടിയാണ്.

സയൻസും ടെക്നോളജിയും ലോകത്തെ ആദ്യമായി ഒരു ഏകകം ആക്കി മാറ്റിയിരിക്കുന്ന സാഹചര്യത്തിൽ ഈ കാര്യത്തിൽ ഒരു തീരുമാനം അനിവാര്യമാണ്, ഉടനെ. അത് ഉണ്ടായില്ലെങ്കിൽ നമുക്ക് നിലനില്ക്കാൻ സാദ്ധ്യമല്ല. ഉണ്ടാക്കാനുള്ള വഴികൾ ആലോചിക്കാനുള്ള സമയം ഇപ്പോഴേ അതിക്രമിച്ചു. മാനവചരിത്രത്തിൽ ആദ്യമായി വരുന്ന സർവ്വാശ്ലേഷിയായ ഈ വെല്ലുവിളി ഉടനെ നേരിടാൻ കഴിയണം. ഇല്ലെങ്കിൽ മുച്ചൂടും ഒടുങ്ങും!!

പ്രകാശ(ന)ത്തിന്റെ പുകിലുകൾ

ലോകത്ത് പുസ്തക പ്രസാധനരംഗത്ത് എന്തെല്ലാം മാറ്റങ്ങൾ ഉണ്ടായോ അത്രയും മുഴുനീളം കാണാൻ കഴിഞ്ഞവരാണ് ഞാനും എന്റെ തലമുറയിൽപെട്ടവരും. ബഡായി അല്ല, സത്യമായും! അതെങ്ങനെ എന്നല്ലേ? പറയാം.

സയൻസിന്റെ ബഹുമുഖമായ മുന്നേറ്റംകൊണ്ടുണ്ടായ നവീനവല്ക്കരണം വികസിത നാടുകളിലാണല്ലോ ആദ്യമായി വേരുപിടിച്ചതും നിലനിന്നതും വളർന്നതും. അവിടങ്ങളിൽ ഈ പ്രതിഭാസം തുടങ്ങിയത് 500 കൊല്ലം മുൻപ് ആയിരുന്നു. പല തലമുറകളിലൂടെ ക്രമികമായിരുന്നു വളർച്ച. പക്ഷേ, ഇത്രയും കാലത്തെ വളർച്ചയത്രയും ഇവിടെ നമ്മുടെ നാട്ടിൽ സംഭവിച്ചത് ഒരേ ഒരു ആയുഷ്കാലത്തിനകത്താണ്, ഏതാണ്ട് മുക്കാൽ നൂറ്റാണ്ടിനകം. ഇങ്ങനെ സമയം കുറുകി കിട്ടിയതുകൊണ്ട് ഒരേ തലമുറയിലുള്ളവർക്ക് ഇതിന്റെ അടിമുടി കാണാൻ ഒത്തു.

അച്ചടിയന്ത്രം ഇവിടെ വന്നിട്ട് ഏറെക്കാലം അത് ഉപയോഗിച്ചിരുന്നത് വേദപുസ്തകം മാത്രം അടിക്കാൻ ആണ്. എനിക്ക് ഓർമ്മ വയ്ക്കുന്ന കാലത്തുപോലും മറ്റു പുസ്തകങ്ങൾ വളരെ കുറച്ചേ അടിച്ചിരുന്നുള്ളു. അതുകഴിഞ്ഞാൽ, ഓരങ്ങളിൽ മഞ്ഞയോ കാവിയോ പുരട്ടിയ, ചിലപ്പോൾ ഗിൽറ്റിട്ട, *രാമായണ മഹാഭാരതാദികളും കവളപ്പാറ കൊമ്പൻ, കല്യാണിക്കുട്ടിയുടെ കടുംകൈ, നിലയറയിലെ അസ്ഥിപഞ്ജരം* എന്നു തുടങ്ങിയ ഉത്സവപ്പറമ്പുകൃതികളുമാണ് അടിച്ചിരുന്നത്. വളരെ കുറച്ചു പേരും ചെറിയ മൂലധനവുമേ ഈ കച്ചവടത്തിൽ ഉണ്ടായിരുന്നുള്ളു.

ഞാൻ കോളേജിൽ എത്തിയപ്പോഴേക്കും പക്ഷേ, കൈകൊണ്ട് അക്ഷരം നിരത്തുന്നതിൽനിന്ന് മോണോടൈപ്പിലേക്കും ചവിട്ടു പ്രസിൽനിന്ന് റോളർ പ്രിന്ററുകളിലേക്കും ഈ ഏർപ്പാട് ചാടിക്കടന്നു. പുതിയ പ്രസാ

ധകരും പുസ്തകശാലകളും ഗ്രന്ഥശാലാ പ്രസ്ഥാനവും ചുവടുറപ്പിച്ചു.

അവിടന്നിങ്ങോട്ട്, ഏതോ കോമഡി സിനിമയിൽ ആരോ പറഞ്ഞ പോലെ, എല്ലാം വളരെ പെട്ടെന്നായിരുന്നു!

പുസ്തകശാലകളിൽ രണ്ടു വ്യത്യസ്ത മൂലകൾ ഉണ്ടായി: വിദേശത്തുനിന്ന് കപ്പൽ കടന്നുവരുന്ന ശോങ്കൻ പുസ്തകങ്ങളുടെ സെക്ഷനും പീറ കടലാസിൽ അടിച്ച് ഒറ്റ നൂലിട്ട് തുന്നിക്കെട്ടിയ മലയാള പുസ്തകങ്ങളുടെ 'അധഃകൃത' ഇടവും.

മോണോടൈപ്പ് ലൈനോടൈപ്പ് ആവാൻ പിന്നെ ഏറെക്കാലം വേണ്ടിവന്നില്ല. അപ്പോഴും പക്ഷേ, ഒരു മാതൃഭൂമി പ്രസ് മാത്രമാണ് കെട്ടിലും മട്ടിലും മെച്ചപ്പെട്ട മലയാള പുസ്തകങ്ങൾ അച്ചടിച്ചത്.

വൃത്തിയുള്ള പുസ്തകങ്ങളുടെ യുഗം തുടങ്ങുന്നത് ഫോട്ടോ കമ്പോസിങ്ങും ഓഫ്സെറ്റ് അച്ചടിയും വന്നതോടെയാണ്. അപ്പോഴും പക്ഷേ, വിദേശികളോട് കിടപിടിക്കാവുന്ന ഗുണനിലവാരമുള്ള ഒന്നും ഇവിടെ ഉല്പാദിപ്പിക്കാൻ കഴിഞ്ഞില്ല.

പകരം, അല്പം കച്ചവടവും കൂടുതൽ സേവനവും ആയിരുന്ന പുസ്തകപ്രസാധനം പെട്ടെന്ന് കൊള്ളലാഭക്കച്ചവടമായി. എഴുത്തുകാരനെയും വായനക്കാരനെയും ഒരുപോലെ കബളിപ്പിക്കുക എന്നൊരു രീതിയാണ് വന്നത്. തുച്ഛം കാശിന് *രമണ*ന്റെ പകർപ്പവകാശം വാങ്ങിയ പ്രസാധകർ ആ കൃതിയുടെ പതിനാറാം പതിപ്പ് അച്ചടിക്കുമ്പോൾ അതെഴുതിയ ചങ്ങമ്പുഴ കൃഷ്ണപിള്ള ക്ഷയരോഗബാധിതനായി മരുന്നിന് എന്നല്ല ഭക്ഷണത്തിനുപോലും പണമില്ലാതെ നരകിക്കുകയായിരുന്നു. അതായത് ആധുനിക മുതലാളിത്തത്തിലെ മുഴുവൻ മാലിന്യവും വികസിതനാടുകളിൽ എന്നപോലെ ഇവിടെയും ഈ തുറയിൽ നിലവിൽവന്നു. ഇംഗ്ലണ്ടിൽ ഒലിവർ ഗോൾഡ്സ്മിത്തുമാരുടെ കഥയും ചങ്ങമ്പുഴയുടേതുതന്നെ ആയിരുന്നുവല്ലോ.

സമയം വെറുതെ കളയാൻ മൊബൈൽ ഫോൺ പോലും ഇല്ലാത്ത കാലം. റേഡിയോയും വല്ലപ്പോഴും വരുന്ന സംഗീതനാടകവും സിനിമയും മാത്രമായിരുന്നു ഇതര വിനോദ ആസ്വാദന ഉപാധികൾ. അതിനാൽ പുസ്തകത്തിന് നല്ല വില്പന ഉണ്ടായി.

ഇതോടൊപ്പം, അധികം വില്ക്കുന്നതേ അച്ചടിക്കൂ എന്നായി. പുസ്തകവില്പന പ്രസാധകന്റെയും ഗ്രന്ഥകാരന്റെയും സംയുക്ത ബാനറിൽ തട്ടിക്കൂട്ടി ഉണ്ടാക്കുന്ന താരമൂല്യത്തിന്റെ ബലത്തിലുമായി. സംഘർഷം ഉണ്ടാക്കാൻ പറ്റുന്നതോ അശ്ലീലമോ മാത്രമായി പുസ്തകരൂപത്തിൽ അച്ചടിക്കപ്പെട്ട മുഖ്യ 'സാഹിത്യ' വിഷയങ്ങൾ! പ്രസാധകർ ലോക രാഷ്ട്രീയം കളിക്കുന്ന ആളുകളുടെ ദല്ലാളുകളായി. കൊള്ളരുതാത്ത രാഷ്ട്രീയം എഴുത്തിനെ വ്യഭിചരിച്ചു.

കമ്യൂണിസം വളർന്നത് സാഹിത്യത്തിലൂടെയാണ് എന്ന തെറ്റായ ധാരണ വെച്ച് എഴുത്തിനെ വായനക്കാരിൽനിന്ന് അകറ്റാനും ഒപ്പം

വായനക്കാരുടെ അഭിരുചി തകർക്കാനും ബഹുമുഖമായ ശ്രമം നടന്നു. നല്ല കൃതികൾ പ്രസിദ്ധീകരിക്കാനോ അഥവാ പ്രസിദ്ധീകരിച്ചാലും പുനഃ പ്രസിദ്ധീകരിക്കാനോ ആരുമില്ലാതെയായി. കുറച്ചുപേർ മാത്രം സംസാരിക്കുന്ന ഭാഷകളിൽ പ്രത്യേകിച്ചും പ്രസാധക കുത്തകകൾ പെട്ടെന്ന് രൂപംകൊണ്ടു.

വികസിത നാടുകളിലും പ്രസാധകർ ക്ലാസിക്കുകളിൽനിന്ന് ചവറിലേക്ക് കാലുമാറി.

കുറച്ചുപേർ സംസാരിക്കുന്ന ഭാഷകൾ അന്യംനിന്നു തുടങ്ങിയ സാഹചര്യത്തിൽ ഈ അഭിരുചിമാറ്റത്തിന് എളുപ്പവും വേഗവും കിട്ടി.

പ്രസാധക വ്യവസായം ഇങ്ങനെ പൊടിപാറുന്നതിനിടെ സാഹിത്യത്തിന് വംശനാശം വരുമെന്ന് തീർച്ചയായി. അങ്ങനെയിരിക്കെയാണ് മഹാനുഗ്രഹം എന്ന നിലയിൽ മറ്റൊരു സാങ്കേതികശാസ്ത്രവിപ്ലവം വരുന്നത് അതിന്റെ പേരാണ് ഓൺലൈൻ കച്ചവടം. ഒപ്പം, പ്രിന്റ് ഓൺ ഡിമാൻഡ് (പി ഒ ഡി) എന്നൊരു സൂത്രവും! ഒരു കോപ്പിയേ ആവശ്യമുള്ളൂ എങ്കിൽ അത് അച്ചടിക്കാനുള്ള സംവിധാനമാണ് ഇത്. ഒരുപാട് കാ അച്ചടിച്ചു വെക്കാൻ കാശ് വെറുതെ മുടക്കേണ്ട!

ഇത് രണ്ടും കൂടി ആകുമ്പോൾ ഗോഡൗൺ വേണ്ട, പുസ്തകശാല വേണ്ട, പ്രസാധകനുംവേണ്ട! ഒരു വിതരണക്കാരൻ മാത്രം മതി. അയാൾക്ക് മുതൽമുടക്ക് ആയി ഇരിക്കാൻ ഒരു സ്ഥലവും കൈയിൽ ഒരു ഫോണും മതി! ഏത് എഴുത്തുകാർക്കും തങ്ങളുടെ കൃതി ചുരുങ്ങിയ ചെലവിൽ ആവശ്യംപോലെ അടിച്ച് അയാൾ വഴി വായനക്കാരിൽ എത്തിക്കാം!

പ്രസാധകർ ഇല്ലാതെ ആകാൻ പോകുന്നു! അതിമോഹക്കാർക്ക് അരി ഇല്ലാതാകുമെന്ന് പണ്ടേ പറയാറുണ്ടല്ലോ. ഏതു ഭാഷയിലെ പുസ്തകങ്ങളും ഏത് ഓൺലൈൻകാരനും കൈകാര്യം ചെയ്യാം. എന്റെ എല്ലാ പുസ്തകങ്ങളും മലയാളത്തിലായാലും ഇംഗ്ലീഷിൽ ആയാലും ഇപ്പോൾ ലോകത്തെവിടെയുമുള്ളവർക്ക് ആമസോണിൽനിന്ന് കിട്ടും. വിറ്റ പുസ്തകത്തിൽനിന്ന് എനിക്കുള്ള വിഹിതം നേരിട്ട് അപ്പപ്പോൾ എന്റെ ബാങ്കിലേക്ക് വരും. ആരുടെയും ദയാദാക്ഷിണ്യങ്ങൾക്ക് കാത്തിരിക്കേണ്ട കാര്യമില്ല. ആധുനിക സാങ്കേതിക ശാസ്ത്രം സാഹിത്യത്തിന്റെ കൂടി രക്ഷകനായി ഭവിച്ചിരിക്കുന്നു!

ആർക്കും പ്രസിദ്ധി ഉണ്ടാക്കിത്തരാൻ ആരുമില്ല, യോഗംപോലെ വരും എന്ന് മാത്രമേയുള്ളൂ കുഴപ്പം. പക്ഷേ, കാൽ ഉറപ്പുള്ളത് പതുക്കെ പതുക്കെ പിടിച്ചു നില്ക്കും, ഒരു സംശയവും വേണ്ട. ഓർക്കുക: എത്രാമത്തെ പതിപ്പ് ആയാലും അച്ചടിക്കാൻ ഒരു പ്രയാസവുമില്ല. എത്ര കാലം ബുക്ക്സ്റ്റാളുകളിൽ ഇരിക്കുമെന്ന് ചിന്തിക്കേണ്ടതും ഇല്ല. ഓൺലൈൻ കാരന്റെ സൈറ്റിൽ കൽപ്പാന്തം വരെ കിടക്കും!

ഇതൊക്കെ നേരാണോ എന്ന് സംശയിക്കുന്നവർക്ക് സാക്ഷ്യം ഞാൻ

തന്നെയാണ്. തുടക്കത്തിൽ എന്റെ പുസ്തകങ്ങളൊക്കെ തൃശ്ശൂരിലെ കറന്റ് ബുക്സ് അച്ചടിച്ചു വിറ്റു. പെട്ടെന്ന് ഒരു ദിവസം എന്റെ സുഹൃത്ത് തോമസ് മുണ്ടശ്ശേരി പ്രസാധനം മൊത്തമായി മതിയാക്കി. അപ്പോൾ പുസ്തകങ്ങൾ എൻ ബി എസിന് കൊടുത്തു. കുറച്ചുകഴിഞ്ഞപ്പോൾ തുരപ്പൻ മാന്തി കട ചീഞ്ഞ് ആ മഹാസ്ഥാപനം വീണു. അപ്പോഴേക്കും എന്റെ പുസ്തകങ്ങളുടെ എണ്ണം വർദ്ധിച്ചിരുന്നു. എന്തു ചെയ്യണമെന്ന റിയാതെ നന്നേ വിഷമിച്ചു. അപ്പോഴാണ് ഡി സി കിഴക്കെമുറി തന്റെ സ്ഥാപനം തുടങ്ങുന്നത്. ഞാൻ അദ്ദേഹത്തിന്റെ മുന്നിൽ ഒരു നിർദ്ദേശം വെച്ചു: അഞ്ച് ശതമാനം മാത്രം റോയൽറ്റി തന്ന് എന്റെ എല്ലാ പുസ്ത കങ്ങളും അടിക്കാം, പക്ഷേ, എല്ലാ പുസ്തകങ്ങളും എല്ലാ കാലത്തും പ്രിന്റിൽ ഉണ്ടാവണം. കുറേ ആലോചിച്ച് അദ്ദേഹം പറഞ്ഞു, 'നിങ്ങൾ ക്കുവേണ്ടി ഇത് ചെയ്താൽ എനിക്ക് നഷ്ടം ഉണ്ടാകില്ല എന്ന് തീർച്ചയാണ്. എന്നാൽ, ഒരു കുഴപ്പമുണ്ട്: മറ്റെല്ലാവരും ഇതേ വ്യവസ്ഥ ചോദിക്കാം. അതോടെ ഞാൻ എന്റെ കട പൂട്ടേണ്ടിവരും!'

ഇതേത്തുടർന്നാണ് അദ്ദേഹം എന്നോട് ചോദിച്ചത്, 'നിങ്ങൾ എന്തിനാണ് ഇങ്ങനെ വിഷമിക്കുന്നത്, പുസ്തകങ്ങൾ നിങ്ങൾക്ക് തന്നെ അച്ചടിച്ച് വിതരണത്തിന് കൊടുത്താൽ പോരേ?'

അത് ബുദ്ധിയാണ് എന്ന് എനിക്ക് തോന്നി. കൊച്ചിയിൽ തിരിച്ചുവന്ന് കിടപ്പാടം പണയം വെച്ച് ബാങ്കിൽ നിന്ന് ഒ ഡി വാങ്ങി പുസ്തകം അടി ക്കാൻ തുടങ്ങി. അന്നത്തെ ശാസ്ത്രം അനുവദിക്കുന്ന എല്ലാ മികവോടും കൂടി പുസ്തകങ്ങൾ അച്ചടിച്ചിട്ടും ജീവിച്ചു പോകാനും അഞ്ചു കൊല്ലംകൊണ്ട് ബാങ്കിലെ കടം വീട്ടാനും കഴിഞ്ഞു. ഏതാണ്ട് മൂന്നു പതിറ്റാണ്ടായി എന്റെ പുസ്തകങ്ങൾ ഞാൻ തന്നെയാണ് അച്ചടിക്കുന്നത്.

ഒരു കുഴപ്പമേ ഉണ്ടായുള്ളു. പ്രസിദ്ധീകരിച്ചു കഴിഞ്ഞ പുസ്തക ങ്ങളുടെ പുനഃപ്രകാശനത്തിനുമുമ്പ് അവയിലെ അച്ചടിത്തെറ്റുകൾ തിരു ത്തണമായിരുന്നു. (*അഗ്നി* പോലുള്ള കൃതികളിൽ എന്റെ വാക്കുകൾ വളരെ കഷ്ടി ആയിരുന്നു! കാരണം ഓരോ എഡിഷൻ കമ്പോസ് ചെയ്യു മ്പോഴും കമ്പോസിറ്റർ തനിക്കു ശരിയെന്ന് തോന്നുന്ന വാക്കുകൾ എടുത്തുവച്ചു. മലപ്പുറത്തെ ഭാഷ അറിയാത്തവരാണ് മിക്കവാറും പ്രസി ദ്ധീകരണ ശാലകളിൽ കമ്പോസിറ്റർമാരായി ഉണ്ടായിരുന്നത്. എഡിറ്റർ എന്ന ഒരു തസ്തികതന്നെ മിക്ക പ്രസിദ്ധീകരണ സ്ഥാപനത്തിലും ഇപ്പോ ഴുമില്ല.)

ഇതിലേറെ വിചിത്രമാണ് ഇംഗ്ലീഷിൽ ഉണ്ടായ അനുഭവം. *നിഴൽ പ്പാടുകൾ* എന്ന ആദ്യകൃതിതന്നെ ഇംഗ്ലീഷിൽ ആക്കി ഞാനൊന്ന് പരീ ക്ഷിച്ചു നോക്കി. തെറിയും വെറിയും ഒന്നും ഇല്ലാത്തതുകൊണ്ട് (ഒരു പ്രസാധകൻ ഈ കാര്യം തുറന്നു തന്നെ പറഞ്ഞു) അത് ഏറ്റെടുക്കാൻ ആരും തയ്യാറായില്ല. *അഗ്നി*യുടെ പരിഭാഷകൊണ്ട് ഒരിക്കൽക്കൂടി നോക്കി. ഫലം പഴയതുതന്നെ. പിന്നെ ആ വയ്യാവേലിക്ക് മുതിർന്നേ

ഇല്ല. അവസാനം ആമസോൺ വന്നപ്പോൾ അവർക്ക് കൊടുത്തു. തുടർന്നുവന്ന ഇംഗ്ലീഷ് പരിഭാഷകൾ ഒക്കെ അവരാണ് ചെയ്തത്. എല്ലാ പുസ്തകങ്ങളും മലയാളത്തിലും അവർ ഇ–ബുക്ക് ആയി വിതരണം ചെയ്യുന്നുണ്ട്. ഇനിയിപ്പോൾ മലയാളത്തിൽ ഞാൻ എന്റെ കട പൂട്ടിയാലും എല്ലാ പുസ്തകങ്ങളും ജീവിക്കും.

ഐ ടി യുഗത്തിന് നന്ദി!!

ഇരുട്ടിൽ അല്പം വെളിച്ചം

താണു പത്മനാഭൻ അകാലത്ത് ഓർമ്മയായി. ഡോക്ടർ ജയന്ത് നാർലിക്കറിനുശേഷം ഇന്ത്യയിലുണ്ടായ 'പ്രപഞ്ചജ്ഞാനി'യാണ് അദ്ദേഹം. ഹൃദയാഘാതംമൂലം മരിക്കുമ്പോൾ 64 വയസ്സേ ആയിരുന്നുള്ളൂ. മലയാളിയായ അദ്ദേഹം ഡോക്ടർ എം ജി കെ മേനോന് ശേഷം ലോകത്ത് അറിയപ്പെടുന്ന കേരളീയ ശാസ്ത്രജ്ഞനാണ്.

താരതമ്യേന പുതിയ ശാസ്ത്രശാഖയാണ് പ്രപഞ്ചവിജ്ഞാനീയം. അക്ഷരാർത്ഥത്തിൽ ഇരുട്ടിൽ തപ്പുന്ന പണിയാണ് ഈ രംഗത്തുള്ളവർ ചെയ്യുന്നത്. പ്രപഞ്ചത്തെക്കുറിച്ച് ആത്യന്തികമായ ധാരണ ഇപ്പോഴും ഇല്ല എന്നകാര്യം ഈ രംഗത്തുള്ളവർക്കെല്ലാം പ്രചോദനവും വെല്ലുവിളിയുമാണ്.

രണ്ടു ഘട്ടങ്ങളുണ്ട് ഈ ശാസ്ത്രവിഷയത്തിന്. ആദികാലത്തെ അവ്യവസ്ഥിത അവസ്ഥയും പിന്നീട് സ്ഥലകാലങ്ങൾ ഉരുത്തിരിഞ്ഞതിനു ശേഷമുള്ള കഥയും. ആദ്യത്തേതിനെ അപേക്ഷിച്ച് രണ്ടാമത്തേത് കുറേ കൂടി വഴി അറിയാവുന്ന ഇടമാണ്.

ഈ മേഖലയിലെ പഠനത്തിൽ ഉള്ളത് കാര്യമായും രണ്ട് പ്രശ്നങ്ങളാണ്. ഒന്ന് പ്രപഞ്ചത്തിൽ ആദ്യവസാനം ഉള്ള സ്ഥിരാങ്കങ്ങളെക്കുറിച്ചുള്ളത്. മുകളിൽ പറഞ്ഞ രണ്ട് ഘട്ടങ്ങളിൽ ആദ്യത്തേതിൽനിന്ന് രണ്ടാമത്തേതിലേക്കുള്ള മാറ്റത്തിന്റെ വിശേഷങ്ങൾ. അവ്യവസ്ഥയിൽനിന്ന് വ്യവസ്ഥയിലേക്കുള്ള ഈ മാറ്റം ഇപ്പോഴും ശാസ്ത്രജ്ഞരെ വല്ലാതെ വിഷമിപ്പിക്കുന്നു. അരങ്ങിൽ ഉള്ളവർക്ക് അതിന്റെ കാര്യവും കാരണവും മനസ്സിലാക്കാൻ ഇനിയും കഴിഞ്ഞിട്ടില്ല.

ഇവിടെയാണ് പ്രൊഫസർ താണു പത്മനാഭന്റെ കാര്യപ്പെട്ട സംഭാവന. അവ്യവസ്ഥിതി വ്യവസ്ഥിതിയുമായി എങ്ങനെ ആശയവിനി

മയം നടത്തുന്നു എന്നതായിരുന്നു അദ്ദേഹത്തിന്റെ പഠനവിഷയം. ഈ വിനിമയത്തെ അദ്ദേഹം കോസ്മിക് ഇൻഫർമേഷൻ അഥവാ 'കോസ്മിൻ' എന്ന് വിളിച്ചു.

ഒട്ടേറെ സാദ്ധ്യതകൾ അദ്ദേഹം മുന്നോട്ടു വെച്ചു. അവയുടെ ശരി തെറ്റുകൾ ഇപ്പോഴും പ്രശ്നമാണ്. കൂടുതൽ നന്നായി ഇഴ പിരിച്ച് ആത്യന്തികമായ നേരിലേക്കു നയിക്കാൻ അദ്ദേഹം ഇനി ഇല്ല എന്നതാണ് സങ്കടകരമായ കാര്യം. അദ്ദേഹത്തിന്റെ വഴി പ്രയാസമേറിയതും സങ്കീർണ്ണവും ആയിരുന്നു. കൂടെ ചെല്ലാൻ മുതിരുന്നവർക്ക് വളരെ ശ്രമകരവും.

സങ്കീർണ്ണതകൾ ലളിതമായ വാക്കുകളിൽ അവതരിപ്പിക്കാൻ അദ്ദേഹത്തിന് വിശേഷമായ കഴിവുണ്ടായിരുന്നു. അങ്ങനെയാണ് നമുക്കൊക്കെ പരിചിതങ്ങളായ കുറേ ലേഖനങ്ങൾ അദ്ദേഹം എഴുതി വെച്ചത്.

ആ അസാമാന്യ പ്രതിഭയ്ക്ക് ആദരാഞ്ജലികൾ.

ഒന്നാന്തരം തന്നെ!

ആയിരത്തിതൊള്ളായിരത്തി നാല്പത്തിനാല്.

പ്ലേ സ്കൂൾ ഒന്നും അന്ന് ഉണ്ടായിരുന്നില്ല. അഞ്ചുവയസ്സു കഴിഞ്ഞാൽ ഒന്നാംക്ലാസിൽ ചേരാം. ചേരാൻ ഒരു സ്കൂളേ ഉള്ളൂ സർക്കാർ വക പ്രൈമറി സ്കൂൾ. ചേർക്കാൻ കുട്ടിയെ കൊണ്ടുപോകേണ്ട. അമ്മാവൻ പോയി എന്നെ ചേർത്തു.

വല്യമ്മയുടെ മകൻ നാലാംക്ലാസിൽ ഉണ്ട്. പുതിയ ഉടുപ്പും പുസ്തകവും സഞ്ചിയും ഒക്കെയായി എന്നെ മൂപ്പരുടെ കൂടെയാണ് ആദ്യ ദിവസം സ്കൂളിൽ അയച്ചത്. അദ്ദേഹം പക്ഷേ, സ്കൂളിൽ പോകാറില്ലായിരുന്നു. കൂട്ടുകാരുമൊത്ത് കളിച്ചു നടക്കും.

എന്നെ കൊണ്ടുപോയി ധർമ്മശാസ്താവിന്റെ അമ്പലത്തിനു പിന്നിൽ ഇരുത്തിയിട്ട് ആ ഏട്ടൻ പറഞ്ഞു, 'ഇതാണ് സ്കൂൾ. ഇവിടെ ഇരുന്ന് കളിച്ചൊ.'

ഉച്ചവരെ ഞാൻ അവിടെ ഇരുന്ന് മണൽവാരി കളിച്ചു!

ഉച്ചയ്ക്ക് അല്പം മുമ്പേതന്നെ ഇരുവരും ഉണ്ണാനായി വീട്ടിൽ എത്തിയതിൽ സംശയം തോന്നി ഞങ്ങളെ വിചാരണ ചെയ്ത് സത്യം കണ്ടുപിടിച്ച അമ്മാവനാണ് പിന്നെ പിറ്റേന്നാൾ എന്നെ സ്കൂളിലേക്കു കൊണ്ടുപോയത്.

പോളിയോ ബാധിച്ച് ഒരു കാലിന് ശേഷിയില്ലാത്ത ഹിൽഡ ടീച്ചർ എന്നെ കൈപിടിച്ച് സ്വീകരിച്ചു. ആ നിമിഷത്തിൽ അവർ എനിക്ക് എല്ലാം ആയി.

ഒരു നേർരേഖ എത്ര വട്ടം വളച്ചാൽ 'അ' എന്ന അക്ഷരം ആവും എന്നത് മുതൽ എല്ലാം പഠിപ്പിച്ചത് അവരാണ്. സ്നേഹത്തിന്റെ ആഴവും പരപ്പും എത്രയെന്നുകൂടി അവർ മനസ്സിലാക്കിത്തന്നു.

ഞാൻ പഠിച്ച ഏറ്റവും വലിയ ക്ലാസ് ഒന്നാം ക്ലാസ് ആണ്. എന്റെ ഏറ്റവും പ്രിയപ്പെട്ട ഗുരു ഹിൽഡ ടീച്ചറും.

ഒരു മനോഹര ദിവസം

ഞാൻ മൂന്നാം ക്ലാസിൽ പഠിക്കുമ്പോഴാണ് ഇന്ത്യക്ക് സ്വാതന്ത്ര്യം കിട്ടിയത്. രാവിലെ സ്കൂളിൽ ചെന്നപ്പോൾ എല്ലാ ക്ലാസിലും മാറത്തു കുത്താനുള്ള കൊടികളും മൊട്ടുസൂചികളും വന്നു. അതോടൊപ്പം ഒരു പ്രസ്താവവും: 'ഇന്ന് സ്കൂൾ ഇല്ല, സ്വാതന്ത്ര്യദിനമാണ്.'

സ്വാതന്ത്ര്യം എന്നാൽ എന്താണ് എന്ന് അറിയില്ലെങ്കിലും സ്കൂൾ ഇല്ലെങ്കിൽ സ്വാതന്ത്ര്യംതന്നെ! സന്തോഷമായി.

പക്ഷേ, ശോശാമ്മ ടീച്ചർ എല്ലാവരുടെയും മാറത്ത് കൊടി കുത്തിത്തന്നു പറഞ്ഞു: 'ആരും വീട്ടിലേക്കോടരുത്. നമുക്കൊരു ജാഥ പോകണം.' വെള്ള കടലാസ് തുണ്ടിൽ ചായങ്ങൾ പൂശി ചക്രവും വരച്ച് ടീച്ചർ തന്നെ ഉണ്ടാക്കിയതായിരുന്നു ആ കൊടി.

അപൂർവ്വമാണെങ്കിലും ജാഥകൾ നാട്ടിൽ ഉണ്ടാവാറുണ്ട്. ഏറിയാൽ പത്തിരുപതു പേരടങ്ങുന്ന ജാഥകൾ. കോൺഗ്രസുകാരാണ് നടത്താറ്.

പിന്നെ, ഒരാൾ ഒറ്റയ്ക്ക് ഒരു ജാഥയായി പോകാറുണ്ട്. ബീഡി തെറുപ്പുകാരൻ കുഞ്ഞു. നീണ്ട മുളവടിയിൽ ചുവപ്പുതുണി കെട്ടി ഏതോ ഭാഷയിൽ എന്തോ ഉറക്കെയുറക്കെ വിളിച്ചു പറഞ്ഞു നടന്നുപോകും. അത് ആരും കാര്യമാക്കാറില്ല.

ഓരോ ക്ലാസിലെയും കുട്ടികളെ ടീച്ചർമാരുടെ നേതൃത്വത്തിൽ റോഡിൽ നിരത്തി നിർത്തി. ചെറിയൊരു മുളങ്കമ്പിന്റെ ഒരറ്റത്ത് മൂവർണ്ണ കടലാസ് ഒട്ടിച്ച ഓരോ കൊടി എല്ലാവർക്കും തന്നു. ജാഥ തുടങ്ങാൻ സമയമായപ്പോൾ ആരോ ഓടിവന്നു പറഞ്ഞു, നില്ക്കട്ടെ നില്ക്കട്ടെ, കൊടി തല തിരിച്ചാണ് ഒട്ടിച്ചിരിക്കുന്നത്! തുടർന്നുണ്ടായ ആശയക്കുഴപ്പം പരിഹരിച്ചത് കൊടി താഴോട്ട് ആക്കി മുളങ്കമ്പ് തല തിരിച്ചുപിടിച്ച് കൈ ആകാവുന്നത്ര ഉയർത്തിയാൽ മതി എന്ന സൂത്രത്തിലൂടെയാണ്.

ഞങ്ങളുടെ സ്കൂളിൽനിന്ന് പുഴക്കരയിലേക്ക് ഒരു കിലോമീറ്റർ ദൂരമുണ്ട്. അതിനിടെ ഒരു മാപ്പിള സ്കൂളും ഒരു യു പി സ്കൂളും വേറെയുമുണ്ട്. അവിടങ്ങളിൽനിന്നും കുട്ടികൾ ചേർന്നു.

ഭാരത് മാതാ കീ ജയ്, മഹാത്മാഗാന്ധി കീ ജയ്, ജവഹർലാൽ നെഹ്റു കീ ജയ്, മൗലാന ആസാദ് കീ ജയ് എന്ന മുദ്രാവാക്യങ്ങൾ ഓർമ്മയുണ്ട്. ഒരു പാട്ടും: പദം പദം ഉറച്ചു നാം പാടിപ്പാടി പോവുക! സ്വതന്ത്രഭാരതം പിറന്ന വാർത്ത പാടി പോവുക!

കൊടി തലതിരിച്ചൊട്ടിച്ച ഹരിഹരൻകുട്ടി എന്ന ഉത്സാഹിയായ യുവാവ് തന്നെയാണ് ഈ ഗാനം എഴുതിയതും ഉറക്കെ പാടിത്തന്നതും.

ഞങ്ങളുടെ പിന്നാലെ ചുവന്ന കൊടിയുമായി നടക്കാൻവന്ന സഖാവ് കുഞ്ഞുവിനെ അതിനനുവദിക്കണോ വേണ്ടയോ എന്ന തർക്കം ഉണ്ടായി. അയാൾക്കും കിട്ടിയിട്ടുണ്ടല്ലോ സ്വാതന്ത്ര്യമെന്ന് അംശം അധികാരി അനുമതി വിധിച്ചു. പക്ഷേ, അയിത്തപ്പാട് അകലെയേ പിന്തുടരാവൂ.

നല്ല വെയിലായിരുന്നു. പൊക്കിപ്പിടിച്ച കൈ കുടഞ്ഞപ്പോൾ പലരും കൊടി താഴ്ത്തി. പുഴക്കരയിൽ നന്നാറി സർബത്ത് കുടിക്കാൻ കിട്ടി, ഈരണ്ട് ഗോട്ടി മിട്ടായിയും.

ഔതളുഹാജിയാണ് ഇത് രണ്ടും വിതരണം ചെയ്തത്. ഖിലാഫത്തു കാലത്ത് പുഴയിലൂടെവന്ന അക്രമികളെ നാട്ടിൽ കയറാൻ അനുവദിക്കാതെ തിരിച്ചയച്ച അതികായൻ. പക്ഷേ, വെള്ളക്കാർ പിടിച്ചുകൊണ്ടുപോയി വാഗണിൽ കയറ്റി ശിക്ഷിക്കുകയാണ് ചെയ്തത് എന്ന കഥ അങ്ങാടിപ്പാട്ടാണ്.

പുഴയുടെ മണലിൽ ഞങ്ങളൊക്കെ ഇരുന്നു. ശോശാമ്മ ടീച്ചർ പ്രാർത്ഥനാ ഗാനം പാടി. ഒരു കവുങ്ങുതടി നാട്ടിയതിൽ കുറ്റിശ്ശേരി നമ്പൂതിരി പതാക ഉയർത്തി. ചായപ്പീടികയിലെ ബെഞ്ചും മേശയും അതിനു പിന്നിൽ ഇട്ടിരുന്നു. ഞങ്ങളുടെ ഹെഡ്മാസ്റ്റർ വള്ളത്തോൾ പദ്മനാഭമേനോൻ അദ്ധ്യക്ഷനായി. മുഖ്യ പ്രാസംഗികൻ ഹരിഹരൻ കുട്ടി.

മുന്നിലിരിക്കുന്നവന്റെ പിന്നിലെ മണൽ കുഴിച്ച് അവനെ വീഴ്ത്തിയും സ്വയം വീണും ഞങ്ങൾ രസിച്ചു. അതിനാൽ അദ്ധ്യക്ഷനും ഉദ്ഘാടകനും എന്താണ് പറഞ്ഞതെന്ന് മനസ്സിലായില്ല.

പ്രസംഗിക്കാൻ എണീറ്റ ഹരിഹരൻകുട്ടി സന്തോഷം സഹിക്കവയ്യാതെ കുറേ ആംഗ്യങ്ങൾ കാണിക്കുകയും ഒന്നും പറയാനാവാതെ വീർപ്പുമുട്ടുകയും അവസാനം കുഴഞ്ഞു വീഴുകയും ചെയ്തു. പാവത്തിനു ചുഴലിയുടെ അസുഖമുണ്ടെന്ന് ആരോ പറയുന്നത് കേട്ടു.

പിന്നെ, ആരും ക്ഷണിക്കാതെ സഖാവ് കുഞ്ഞു പ്രസംഗിക്കാൻ തുടങ്ങിയപ്പോൾ ഞങ്ങളെ അദ്ധ്യാപകർ തിരികെ സ്കൂളിലേക്ക് കൊണ്ടുപോയി.

ഈ സ്വാതന്ത്ര്യം പിറ്റേന്നാളും ഉണ്ടായിരുന്നെങ്കിലെന്നു മോഹിച്ചത് വെറുതെ ആവുകയും ചെയ്തു!

ഞാൻ ധീരനായ കഥ

എനിക്ക് പൊലീസിനെ ഭയങ്കര ഭയമായിരുന്നു. തടിയനും കൊമ്പൻ മീശക്കാരനുമായ ഇടിയൻ ഏഡാണ് അതിന് പ്രധാന കാരണം. കുറച്ചു ദൂരെ ഒരു വീട്ടിലാണ് അദ്ദേഹം താമസം. രാവിലെയും വൈകുന്നേരവും എന്റെ വീട്ടിനുമുന്നിലെ ഇടവഴിയിലൂടെ യൂണിഫോമിൽ അദ്ദേഹം പോകും.

പറഞ്ഞത് ഞാൻ ഉടനെ അനുസരിച്ചില്ലെങ്കിൽ അമ്മ എന്നെ പേടിപ്പിക്കാൻ ഉപയോഗിക്കുന്നത് ഏഡിന്റെ പേരാണ്. അങ്ങനെയാണ് ആ പേടി അടിയുറപ്പുള്ളതായത്. ഇടിയൻ കാലന്റെ രൂപത്തിൽ വരുന്ന പേടിസ്വപ്നം കാണാറുണ്ട്.

മൂന്നാം തരത്തിൽ ആയിരിക്കെ ഒരുദിവസം സ്കൂളിൽ ചെന്നപ്പോൾ അമ്മു മരിച്ചുപോയതുകൊണ്ട് സ്കൂളില്ലെന്നും എല്ലാരും കൂടി അമ്മുവിന്റെ വീട്ടിലേക്ക് പോവുകയാണ് എന്നും ടീച്ചർ കണ്ണുതുടച്ചുകൊണ്ട് പറഞ്ഞു.

ഞങ്ങൾ വരിവരിയായി ആ വീട്ടിലേക്ക് നടന്നു. ഒരു ചെറിയ വീടായിരുന്നു അത്. ഉമ്മറത്ത് ഒരുപാട് പേർ നില്ക്കുന്നു.

ഞങ്ങളെ ടീച്ചർ വീട്ടിനകത്തേക്ക് നയിച്ചു. ഉമ്മറവാതിൽ കടന്നാൽ ഉടനെ ഉള്ള തളത്തിൽ അമ്മു മലർന്നു കിടക്കുന്നു. വെളുത്ത വസ്ത്രം കൊണ്ട് പുതപ്പിച്ചിട്ടുണ്ട്.

ചുറ്റും നിന്ന് ആരൊക്കെയോ കരയുന്നു. ഏറ്റവും ഉറക്കെ കരയുന്നത് അമ്മുവിന്റെ തലയ്ക്കൽ ഇരിക്കുന്ന ഒരു തടിമാടനാണ്.

അമ്മുവിനെ ചുറ്റി വരുമ്പോൾ കാല്ക്കൽ എത്തിയപ്പോഴാണ് ആ ആളെ ശരിയായി കണ്ടത്. ഇടിയൻ ഏഡ്!

യമകിങ്കരനെ പോലും ഇടിച്ചു പഞ്ഞിയാക്കും എന്ന് ഖ്യാതി ഉള്ള അദ്ദേഹം കരയുകയോ! വിശ്വസിക്കാൻ പ്രയാസമായി.

ഞാൻ വീണ്ടും വീണ്ടും അദ്ദേഹത്തെ തന്നെ നോക്കി. ആൾ മാറിയിട്ടില്ല എന്ന് ഉറപ്പുവന്ന നിമിഷത്തിൽ അദ്ദേഹത്തെ ഒട്ടും ഭയം ഇല്ലാതെയായി എന്ന് മാത്രമല്ല അദ്ദേഹം എനിക്ക് എന്റെ അച്ഛന്റെ സ്ഥാനത്ത് വരികയും ചെയ്തു.

വിവരം ഞാൻ ചെന്ന് പറഞ്ഞപ്പോൾ അമ്മ കണ്ണു തുടയ്ക്കുന്നത് കണ്ടു: പാവം, അങ്ങനെ ഒരു സന്തതിയേ ആകെ ഉണ്ടായിരുന്നുള്ളൂ! ദൈവം ഇത്രയും കണ്ണിൽ ചോരയില്ലാതെ പെരുമാറാൻ പാടില്ല!!

പിന്നെപ്പിന്നെ അദ്ദേഹം വഴിയിലൂടെ കടന്നുപോകുമ്പോൾ ഞാൻ പടിക്കലെ മരത്തിൽ ചാരി നിന്ന് അദ്ദേഹത്തെ തന്നെ നോക്കും. അദ്ദേഹം ആ വലിയ മീശയ്ക്ക് അടിയിൽ തടിച്ച ചുണ്ടുകൾ മലർത്തി ചിരിക്കും. ഞാനും ചിരിക്കുമ്പോൾ ആ ചിരി കൂടുതൽ വിടരും.

അതിൽപ്പിന്നെ അമ്മ ഏഡിന്റെ കാര്യം പറഞ്ഞ് പേടിപ്പിക്കാൻ നോക്കുമ്പോൾ ഞാൻ ചോദിക്കും: അമ്മൂന്റെ അച്ഛനല്ലേ, എനിക്കറിയാം! അയാളെ എന്തിന് പേടിക്കണം?

അപൂർവ്വശോഭയുള്ള അസ്തമയം

ഡോക്ടർ പി കെ വാരിയർ ഓർമ്മയായി. പ്രകൃതി എന്ന അമ്മയുടെ പ്രിയ പുത്രനായിരുന്നു അദ്ദേഹം. അതിനാൽ, അമ്മയ്ക്കു നൂനം മകനെത്ര വൃദ്ധനായ്പോകിലും പിഞ്ചു കിടാവുതന്നെ!!

അവയവമോ ആളോ വീടോ നാടോ പരിസ്ഥിതിയോ എന്തുമാകട്ടെ അതിന്റെ ആരോഗ്യസൗഖ്യങ്ങൾ ഉറപ്പുവരുത്താൻ രണ്ടു മുറകളേ സാധിക്കൂ: ഉള്ളത് കേടുവരാതെ നോക്കുക, അഥവാ കേടുവരുന്ന ലക്ഷണങ്ങൾ കണ്ടാൽ ഉടനടി നേരെയാക്കാൻ ശ്രമിക്കുക. അതായത്, കരുതലും പരതലും.

ആദ്യത്തേതാണ് നല്ല വഴി എന്നാണ് പണ്ടേ പറയാറ്. ആയുർവേദത്തിന്റെ വഴിയും അതുതന്നെ. രണ്ടാമത്തേതിന് ഫലപ്രദം മോഡേൺ മെഡിസിൻ ആണ്. വെറുമൊരു ദഹനക്കുറവു പരിഹരിക്കാൻ ആരും വയറു കീറാറില്ല. ഹൃദയതാളം തെറ്റുമ്പോൾ തലയിൽ രാസ്നാദിപ്പൊടി തിരുമ്മിയാലൊന്നും രക്ഷയുമില്ല.

ഇക്കാര്യത്തിൽ തർക്കം വെറുതെയാണ് എന്ന അറിവിന്റെ മന്ദഹാസം ചൊരിഞ്ഞുകൊണ്ട് ഉറച്ചു നില്ക്കുന്നതും ഒരു കരുതൽ തന്നെയാണ്. ആരും തുണ ഇല്ലെങ്കിലും നില്പ്പുറയ്ക്കുമെന്ന് തെളിയിക്കുന്നതോ, തികഞ്ഞ സ്വപ്രത്യയസ്ഥൈര്യം! അതിന്റെ നൂറാം പിറന്നാൾ സമുചിതമായി ആഘോഷിക്കപ്പെട്ടത് ഇതാ ഇന്നലെ! മനുഷ്യർക്ക് തമ്മിൽ കൂടിച്ചേരാൻ കഴിയാത്ത കാലമായാലും ഉത്സാഹത്തിനും സന്തോഷത്തിനും കുറവുണ്ടായുമില്ല. ലക്ഷം മനസ്സുകൾക്കും മാസ്കില്ലാതെ ഒന്നിക്കാമല്ലോ, ഏതു പെരും കൊറോണക്കാലത്തും!

എന്നെപ്പോലെ അനേകായിരംപേരുടെ ആരോഗ്യത്തിന് കാവലാളായിട്ടുണ്ട് ഇദ്ദേഹത്തിന്റെ സ്ഥാപനവും ഇദ്ദേഹവും. എന്റെ കാര്യം

എനിക്ക് നല്ല തീർച്ചയുണ്ട്: ഈ തിരുമുറ്റത്ത് എത്തിയിരുന്നില്ലെങ്കിൽ തട്ടിപ്പോയേനെ, നിശ്ചയമായും. അഥവാ വല്ല വിധേനയും നീണ്ടുകിടന്നു എങ്കിൽത്തന്നെ തനി പച്ചക്കറിപ്രായത്തിലായേനെ ആ കിടപ്പ്.

പ്രപഞ്ചം എന്ന മഹാ നാടകവേദിയിൽ നൂറുവർഷം വളരെ ചെറിയ കാലം മാത്രയാണ്. അല്പപ്രാണികളായ നമുക്കോ, നീണ്ട കാലവും. ആരോഗ്യവും ആയുസ്സും ആഗ്രഹിക്കുന്ന മനുഷ്യരായ നമുക്ക് അതിനാൽ ചെയ്യാവുന്നത് ഇദ്ദേഹത്തിന് ഇത്രയും ദീർഘായുസ്സ് നല്കി അനുഗ്രഹിച്ചതിന് ദൈവത്തോട് നന്ദി പറയുകയാണ്.

ഞാൻ കണ്ട ഏറ്റവും നല്ല വൈദ്യനാണ് ഇദ്ദേഹം. അരികിൽ എത്തിയാൽ തന്നെ പാതി അസുഖം മാറും!

തന്നിലും തന്റെ ശാസ്ത്രത്തിലും ഉള്ള വിശ്വാസത്തിൽനിന്നു പുറപ്പെട്ട്, അസ്വസ്ഥതയും വേദനയും അനുഭവിക്കുന്നവരോടുള്ള സഹാനുഭൂതിയും കാരുണ്യവുമായി ചികിത്സ പ്രവഹിക്കുന്നു. അതിൽ മുങ്ങി നിവരാൻ കഴിയുന്നത് ഏത് രോഗിയുടെയും സുകൃതം.

ഇതിനെല്ലാം പുറമേ ഇദ്ദേഹം രണ്ടു മൂന്ന് തലമുറകൾക്ക് അനന്യുനമായ ജീവിതമാതൃകയായി നിലനിന്നു. ഈ നില്പ് ഏതെങ്കിലുമൊരു തുറയിൽ മാത്രവുമല്ല. പരമ്പരാഗതമായ ഒരു മഹാ അനുഗ്രഹത്തെ എങ്ങനെ വീണ്ടെടുത്ത് ഉപയോഗിക്കാം, ഒരു വ്യവസായ സ്ഥാപനം തട്ടും തടവും ഒട്ടുമില്ലാതെ എങ്ങനെ നടത്തിക്കൊണ്ട് പോകാം, സമൂഹത്തോടും പ്രകൃതിയോടും എങ്ങനെ പെരുമാറാം, തൻകാര്യം പിൻകാര്യമാക്കുന്നതിൽ എങ്ങനെ വിജയിക്കാം, എങ്ങുമുള്ള പുതിയ ആശയങ്ങളെ പൂക്കളിൽനിന്ന് വണ്ട് തേനെടുക്കുംപോലെ എങ്ങനെ സമാഹരിക്കാം, ക്ഷുദ്രവികാരങ്ങളെ എങ്ങനെ നിയന്ത്രിക്കാം ചുരുക്കത്തിൽ, പുരുഷാർത്ഥങ്ങളെ എങ്ങനെ മോക്ഷമാർഗ്ഗമാക്കാം എന്നതിന് തികഞ്ഞ നിദർശനം! വെറുതെ അല്ല, വീഡിയോ കോൾ വഴിയെങ്കിലും ഇദ്ദേഹത്തിന്റെ സന്നിധിയിൽ എത്താൻ ലോകത്തെങ്ങുമുള്ള ഒരുപാട് ആളുകൾ ആഗ്രഹിച്ചത്.

ആൽബർട്ട് ഐൻസ്റ്റൈൻ മഹാത്മാഗാന്ധിയെക്കുറിച്ച് പറഞ്ഞത് ഓർക്കാമെന്ന് തോന്നുന്നു: ഇങ്ങനെ ഒരു മനുഷ്യൻ ഈ കാലത്ത് ഇവിടെ ജീവിച്ചിരുന്നുവെന്ന് വരും നൂറ്റാണ്ടിൽ ആരോടെങ്കിലും ആരെങ്കിലും പറഞ്ഞാൽ വിശ്വസിച്ചെന്നു വരില്ല!

കോട്ടയ്ക്കലും കേരളത്തിലും ഇന്ത്യയിലും മാത്രമല്ല ലോകത്തിന്റെ പല ഭാഗങ്ങളിലും ഈ ഗുരുത്വ മാതൃകയിൽനിന്ന് പ്രചോദനം സ്വീകരിച്ചവർ കുറെയേറെ ഇപ്പോൾ ഉണ്ട് എന്നതാണ് നമുക്കുണ്ടായ ഏറ്റവും വലിയ അനുഗ്രഹം.

പക്ഷേ, ഉപ്പോളം വരില്ലല്ലോ ഉപ്പിലിട്ടത്. അതിനാൽ ഇദ്ദേഹത്തിന് ദൈവം ഇനിയും ഒരുപാട് ആരോഗ്യസമൃദ്ധമായ ആയുസ്സ് നല്കാൻ കനിയട്ടെ എന്ന് പ്രാർത്ഥിക്കവേയാണ് ഈ മനീഷി വിടപറയുന്നത്.

അപൂർവ്വം ചില മഹർഷിമാരെ കാണാൻ ഭാഗ്യമുണ്ടായ ജന്മമാണ് എന്റേത്. അതിലൊരാളാണ് ഡോക്ടർ പി കെ വാരിയർ.

ആയുർവേദത്തിന്റെ മഹത്ത്വത്തിന് സാക്ഷ്യം. കേരളീയ നവോത്ഥാനത്തിന് ഈടുറ്റ തുടർച്ച. മരുന്ന് എന്നപോലെ കാരുണ്യവും കലയും രോഗനിവാരണത്തിന് ഉതകുമെന്ന വിശ്വാസത്തിന്റെ പ്രതീകം. എല്ലാ ഭേദങ്ങൾക്കും അപ്പുറം മനുഷ്യനെ കാണുന്ന കാഴ്ച. ദർശനംതന്നെ സാന്ത്വനം എന്നു തെളിയിക്കുന്ന വ്യക്തിവിശുദ്ധി. താൻ പഠിച്ച ശാസ്ത്രത്തിന് ഓരോ ശ്വാസത്തിലും സ്വയം പുനരർപ്പണം. ഒരു മനുഷ്യജന്മം കൊണ്ട് അത്ഭുതങ്ങൾ സാധിക്കാം എന്നതിന് തെളിവ്.

വിഷമകരമായ അനാരോഗ്യ അവസ്ഥ അകറ്റി എന്നെ തുടർന്നും ജീവിപ്പിച്ചത് അദ്ദേഹമാണ്. ലോകത്തെമ്പാടുമുള്ള ഒരുപാട് ആളുകൾക്ക് ഇതുതന്നെ പറയാനുണ്ടാവും. വൈദ്യൻ എന്ന പദത്തിന്റെ അർത്ഥനിരുപണത്തിനുള്ള ഉപാധി.

സൃഷ്ടികളായി അറിയപ്പെടുന്ന ഓരോന്നിലും ദൈവപ്രഭാവം എവിടെ കാണാം എന്ന ചോദ്യത്തിന് കൃഷ്ണൻ ഗീതയിൽ മറുപടി പറയുന്നുണ്ട്. 'വൈദ്യാനാം കുട്ടിമാൻ അസ്മി' എന്നുകൂടി ആ ഭാഗത്ത് ചേർക്കാം എന്ന് തോന്നാറുണ്ട്. (ജാതിമതഭേദം കൂടാതെ കോട്ടയ്ക്കലിൽ ഉള്ളവർ കുട്ടിമാൻ എന്നാണ് ഇദ്ദേഹത്തെ വിളിക്കാറ് ചെറിയ അമ്മാമൻ എന്ന അർത്ഥത്തിൽ.)

സ്വാതന്ത്ര്യസമരപ്രസ്ഥാനത്തിലൂടെയും സോഷ്യലിസത്തിലൂടെയും കടന്നുപോന്നാണ് ഇദ്ദേഹം ആതുരസേവനത്തിൽ എത്തുന്നത്. വഴിയിൽനിന്നെല്ലാം കിട്ടിയതുകൂടി പിന്നീട് ശരിയായി നില്ക്കാൻ സഹായിച്ചു.

തന്നെ ആത്മാർത്ഥമായി ആദരിക്കുകയും തന്റെ വഴി സ്വീകരിക്കാൻ തയ്യാറാവുകയും ചെയ്ത അർപ്പിത മനസ്സുകളായ വൈദ്യന്മാരുടെ ഒരു നീണ്ട നിര അദ്ദേഹം സൃഷ്ടിച്ചിട്ടുണ്ട്. അതിനാൽ കാലമെത്ര കഴിഞ്ഞാലും അദ്ദേഹത്തിന്റെ അഭാവം ഭൂമിയിൽ ഉണ്ടാവില്ല.

ഒരിക്കൽ ഞാൻ അദ്ദേഹത്തോട് ചോദിച്ചു, എങ്ങനെയാണ് ഒരു രോഗത്തിന് മരുന്ന് നിശ്ചയിക്കുന്നത്? അദ്ദേഹത്തിന്റെ പതിവു പുഞ്ചിരി കുറച്ചൊന്നു വിടർന്നു, 'അതു വളരെ എളുപ്പമാണ്, ഈ ഭൂമിയിലുള്ളതൊക്കെ മരുന്നല്ലേ, ഏതു രോഗത്തിന് എത്ര അളവിൽ എന്തു വേണമെന്ന് നിശ്ചയിക്കുക അല്ലേ വേണ്ടൂ!:

എത്ര എളുപ്പം, അല്ലേ!

അതെ, എളുപ്പമാണ്, പക്ഷേ, ദൈവകാരുണ്യത്തിന്റെ വിരലടയാളം ഹൃദയത്തിൽ പതിഞ്ഞവർക്ക്, അവർക്കു മാത്രം!

എത്ര മായ്ച്ചാലും മായാത്ത നിറനർമ്മച്ചിരി

അടുപ്പമുള്ളവരൊക്കെ വീരൻ എന്നു വിളിച്ച എം പി വീരേന്ദ്രകുമാർ ഇല്ലാതെ ഒരു വർഷം കടന്നുപോകുന്നു. ദുരിതപൂർണ്ണവും സംഭവബഹുലവുമായ ഒരുവർഷം ആയിരുന്നല്ലോ ഇത്. മലയാളക്കരയുടെ ചരിത്രത്തിലാദ്യമായി ഇടതുപക്ഷത്തിന് തുടർ ഭരണംകൂടി ലഭിച്ചിരിക്കുന്നു. ന്യൂനമർദ്ദസ്വാധീനത്തിൽ രാഷ്ട്രീയ കാലാവസ്ഥ പ്രക്ഷുബ്ധവുമായിരിക്കുന്നു.

ഒരിക്കലും മായാത്ത ഒരു നിറനർമ്മച്ചിരിയായിരുന്നു വീരൻ. ഒരു ജ്ഞാനവൃദ്ധന്റെ പക്വതയും ഒരിക്കലും പ്രായപൂർത്തിയാകാത്ത ഒരു കുട്ടിയുടെ കുസൃതിയും ആ ചിരിയിൽ ഒപ്പമുണ്ടായിരുന്നു. സർവ്വോപരി നിസ്സംഗമായ ജീവിതവീക്ഷണത്തിന്റെ ശുദ്ധിയും. ഞാൻ അദ്ദേഹത്തെ ഇഷ്ടപ്പെട്ടതിന്റെ പ്രധാന കാരണവും മറ്റൊന്നല്ല.

ഏത് കളിയിൽ തോറ്റാലും ജയിച്ചാലും ആ നർമ്മം അതുപോലെ നിലനിന്നു. ഏറ്റവും നല്ല ഉദാഹരണം അദ്ദേഹത്തിന്റെ രാഷ്ട്രീയ നിലപാടുകളും അതിന്റെ പരിണതികളുംതന്നെ.

ഇതു സംബന്ധിച്ച് ഞാനദ്ദേഹത്തോട് ഒരിക്കൽ ഒരു കഥ പറയുകയുണ്ടായി. ഞങ്ങളുടെ നാട്ടിലെ ഓതിക്കൽ തിരുമേനി സൈക്കിൾ ചവിട്ടിയ കഥ. ബുദ്ധിസ്ഥിരതയില്ലാത്ത പഞ്ചുമേനോൻ മാത്രമേ അപ്പോൾ നിരത്തിൽ ഉണ്ടായിരുന്നുള്ളൂ. പക്ഷേ, ആളുകൾ എന്തിന് ഏറെ! തിരുമേനി മേനോന്റെ വലതു മാറി പോകാൻ നോക്കുമ്പോൾ മേനോൻ വലത്തോട്ട് മാറും, തിരുമേനി ഇടതു മാറുമ്പോൾ മേനോൻ ഇടത്തോട്ടും! ചുരുക്കം: തിരുമേനി ചെന്ന് മേനോന്റെ ദേഹത്തിൽ നേർക്കുനേർ മുട്ടി. നല്ല കാലത്തിന് മേനോന് ബുദ്ധിക്കേ ബലക്ഷയം ഉണ്ടായിരുന്നുള്ളൂ. താൻ വീണില്ല എന്നല്ല അദ്ദേഹം തിരുമേനിയെ വീഴാതെ പിടിച്ചു

നിർത്തുകയും ചെയ്തു!

എന്റെ രണ്ടു കൈകളും വാരിയെടുത്ത് ഉറക്കെ ഒരു പൊട്ടിച്ചിരിയായിരുന്നു വീരന്റെ പ്രതികരണം.

അദ്ദേഹം ലോകം മുഴുക്കെ സുഹൃത്തുക്കളുള്ള ഒരാളായിരുന്നു. ഇതാണല്ലോ പ്രകൃതം, അത്ഭുതമൊന്നുമില്ല. മാത്രമല്ല സൗഹൃദത്തിന് വളരെയേറെ വില കല്പിച്ചു അദ്ദേഹം.

ഞാൻ ദൈവം ഒന്നുമല്ല, എനിക്ക് ആഗ്രഹങ്ങൾ ഉണ്ട്, പക്ഷേ, അതൊന്നും നിങ്ങളോടുള്ള സ്നേഹത്തേക്കാൾ വലുതല്ല എന്ന് അദ്ദേഹം ആ ചിരികൊണ്ട് എപ്പോഴും സൂചിപ്പിച്ചു.

പക്ഷേ, ആ ചിരിക്കു പോലും അകത്തെ വലിയ സങ്കടങ്ങൾ ആണിവേരുകളായി ഉണ്ടെന്ന് എനിക്കറിയാമായിരുന്നു. ഉദാഹരണത്തിന് തന്റെ കുഞ്ഞിനെ നോക്കാൻ കഴിയാതെ രാഷ്ട്രീയ പ്രവർത്തനത്തിന് ഇറങ്ങി വളരെ വൈകി മടങ്ങിവന്ന ഒരു അച്ഛന്റെ ആജീവനാന്ത മനഃക്ലേശം.

എങ്കിലും താൻ എടുത്ത ഒരു തീരുമാനംകൊണ്ട് എന്ത് പ്രശ്നം ഉണ്ടായാലും അതിന്റെയൊന്നും മുന്നിൽ മുട്ടുമടക്കാൻ ഒരിക്കലും തയ്യാറല്ലായിരുന്നു. *തീക്കടൽ കടഞ്ഞ് തിരുമധുരം* എന്ന നോവൽ *മാതൃഭൂമി*യിൽ പ്രസിദ്ധീകരിച്ചു തുടങ്ങിയപ്പോൾ ഉണ്ടായ കോലാഹലങ്ങൾകൊണ്ട് അദ്ദേഹത്തിന് എന്തെങ്കിലും വിഷമം ഉണ്ടെങ്കിൽ പ്രസിദ്ധീകരണം നിർത്തിവെക്കാം എന്ന് ഞാൻ സൂചിപ്പിച്ചു. പടപ്പുറപ്പാട് കണ്ട് പേടിച്ച് കൈനിലയിലേക്ക് മടങ്ങിയ ഒരുവനെ എന്തിനുകൊള്ളാം എന്നാണ് എന്നോട് തിരിച്ചു ചോദിച്ചത്.

ഇങ്ങനെയൊക്കെയാണെങ്കിലും ഒരു പടയ്ക്കും പറ്റിയ ഒരാളാണ് അദ്ദേഹം എന്ന് എനിക്ക് ഒരിക്കലും തോന്നിയിട്ടില്ല. വിശ്വപ്രസിദ്ധമായ ഏതെങ്കിലും സർവ്വകലാശാലയിലെ വിശ്രുതനായ പ്രൊഫസറോ ഒപ്പം ലോകമെങ്ങും അറിയപ്പെടാൻ അർഹതയുള്ള കവിയോ ഒക്കെ ആയിത്തീരേണ്ട ഒരാളായിരുന്നു അദ്ദേഹം എന്നാണ് ഇപ്പോഴും എന്റെ വിചാരം. അതൊന്നുമല്ല സംഭവിച്ചതെങ്കിലും കളംമാറി കളിക്കാൻ തീരുമാനിച്ചതും ഞാൻതന്നെ എന്ന് കൂടി ആ ചിരി നീണ്ടു. സ്വാമി വിവേകാനന്ദന്റെ രാജയോഗപദ്ധതി ജീവിതത്തിൽ നടപ്പിലാക്കുകയായിരുന്നു അദ്ദേഹം. അതേസമയം മനുഷ്യ സാന്നിദ്ധ്യം കുറഞ്ഞ വയനാടൻ താഴ്വരകളിലെ തണുപ്പിൽ പിറന്നു വളർന്ന അദ്ദേഹം തന്റെ ആത്മാവിൽ മനുഷ്യസ്നേഹദാഹം നട്ടു വളർത്തിയിരുന്നു. ഇതാണ് വിവിധ സ്വഭാവക്കാരായവരുടെ സ്നേഹം ഒരേസമയം ആർജ്ജിക്കാൻ അദ്ദേഹത്തെ പ്രാപ്തനാക്കിയത്. ആ സ്നേഹത്തിന്റെ സന്തോഷച്ചിരിയിൽ ഈ പ്രപഞ്ചത്തിലെ ദുഃഖം മുഴുവൻ മധുരനർമ്മം ആക്കാനുള്ള വിജയകരമായ പരിശ്രമവും ഉണ്ടായി. അത് നൂറുമേനി വിളഞ്ഞു എന്നാണ് എനിക്ക് തോന്നുന്നത്. പ്രിയപ്പെട്ട ചങ്ങാതി, ഞങ്ങളങ്ങയെ ഓർക്കുന്നു, മരിക്കുവോളം ഓർക്കും.

സ്വപ്നം:
മോക്ഷത്തിലേക്കുള്ള ഗോപുരവാതിൽ

അവനി വാഴ്വ് കിനാവ് എന്ന് മഹാകവി കുമാരനാശാൻ. അല്ല, മനുഷ്യന് ആകെയുള്ള ഈ വാഴ്വ് മാത്രമേ സത്യമായി ഉള്ളു എന്ന് യാഥാർത്ഥ്യവാദികൾ. രണ്ടു കാര്യങ്ങളും മാറി മാറി ശരിയാകാറുണ്ടെന്നു നമുക്ക് ബോദ്ധ്യവും ആണ്. കാരണം സ്വപ്നം കാണുമ്പോൾ ആ കാണുന്ന സ്വപ്നം തികച്ചും യാഥാർത്ഥ്യം. പക്ഷേ, ഉണരുമ്പോഴോ, അത് യാഥാർത്ഥ്യം അല്ലായിരുന്നു എന്ന തോന്നലും അത്രതന്നെ യാഥാർത്ഥ്യം!

ചിന്തിക്കാൻ തുടങ്ങിയ കാലം തൊട്ടേ സ്വപ്നം മനുഷ്യന് വെല്ലുവിളിയാണ്. മനുഷ്യന്റെ അസ്ഥിത്വത്തിൽ സ്വപ്നത്തിന്റെ സ്ഥാനം നിശ്ചയിക്കാനാണ് പൗരാണിക ദാർശനികർ ശ്രമിച്ചത്. ആധുനിക മനഃശാസ്ത്രമാകട്ടെ, സ്വപ്നങ്ങളെ അപഗ്രഥിക്കുന്നതിലാണ് കൂടുതൽ വ്യാപരിച്ചത്. അവയുടെ ജീവശാസ്ത്രപരമായ ഉറവിടവും താത്ത്വികാടിത്തറയും തേടിയുള്ള മസ്തിഷ്കകോശപഠനം ഊർജ്ജിതമായത് അടുത്ത കാലത്തു മാത്രം.

സ്വപ്നത്തിലെ മഴ നമ്മെ നനയ്ക്കുമോ എന്ന് എന്നോട് ചോദിച്ചാൽ ചിലപ്പോൾ നനയ്ക്കും എന്നാണ് എനിക്ക് പറയാനുള്ള മറുപടി! വിദ്യാർത്ഥിയായിരിക്കെ ഞാനും ഒരു സുഹൃത്തുംകൂടി കോളേജിനരികിൽ ഒരു വീട് വാടകയ്ക്ക് എടുത്ത് താമസിക്കുകയായിരുന്നു. ഇരുവരും സാമാന്യം നല്ല ഉറക്കപ്രാന്തന്മാരാണ്. നാലുമണിക്ക് അലാറംവെച്ച് നേരത്തെ ചുരുണ്ടു കിടക്കും. അലാറം കേട്ട് ആദ്യം ഉണരുന്ന ആൾ മറ്റേയാളെ വിളിച്ചുണർത്തിക്കൊള്ളണം എന്നാണ് ധാരണ. പക്ഷേ, ആരും എഴുന്നേല്ക്കില്ല, ഒരാൾ ഉണർന്നെണീറ്റു വിളിച്ചാലും മറ്റേയാൾ എഴുന്നേല്ക്കില്ല. വെള്ളം കൊണ്ടുവന്നു തളിച്ച് എഴുന്നേല്പിക്കണം! മഴ പെയ്യുകയാണ് എന്ന

സുഖസ്വപ്നം കണ്ട് കിടക്കാൻ കഴിയാതാകുന്നത് ഉടുപ്പു നനയുമ്പോഴാണ്.

ഉണർന്നിരിക്കുന്നേരവും നാം പലപ്പോഴും സ്വപ്നം കാണാറുണ്ട്. പകൽക്കിനാവ് എന്നാണ് നാം ഇതിന് പേരിട്ടിരിക്കുന്നത്. ചരിത്ര അദ്ധ്യാപകൻ ക്ലാസിൽ പാനിപ്പത്ത് യുദ്ധം വിശദമായി പഠിപ്പിക്കെ ഞാൻ നാട്ടിൻ പുറത്തെ അമ്പലമുറ്റത്ത് ആട്ടക്കളം കളിക്കുന്നതായി സ്വപ്നം കണ്ടുകൊണ്ടിരുന്നത് എനിക്ക് ഓർമ്മയുണ്ട്. താൻ എവിടെയാ എന്ന് അദ്ധ്യാപകൻ ചുമലിൽ ചൂരൽ തുമ്പുകൊണ്ട് തട്ടിയതും നല്ല ഓർമ്മയുണ്ട്. കിട്ടിയ 'പുശ'യും മറന്നിട്ടില്ല!

ശരീരം ശരിയായി ഉറങ്ങി കഴിഞ്ഞിട്ടും താൻ ഉണർന്നാണിരിക്കുന്നത് എന്ന ധാരണയോടെ വണ്ടിയോടിച്ച് ആളുകൾ രാത്രിയുടെ അന്ത്യയാമങ്ങളിൽ അപകടത്തിൽപ്പെടുന്നത് സാധാരണമാണല്ലോ.

ഹൈസ്പീഡ് വാഹനങ്ങൾ ഇല്ലാത്തതിനാൽ പക്ഷേ, പഴമക്കാർക്ക് ഈ അപകടസാദ്ധ്യതയെ പേടിക്കേണ്ടതില്ലായിരുന്നു. അവർ മനുഷ്യന്റെ അന്ത:സത്തയെക്കുറിച്ചറിയാൻ എളുപ്പവഴി എന്ന നിലയിലാണ് സ്വപ്നങ്ങളെ ചിന്താവിഷയമാക്കിയത്.

സ്വപ്നം കാണുന്ന അവസ്ഥ സ്വപ്നം കാണാത്ത അവസ്ഥ എന്നു മനുഷ്യജീവിതത്തെ അവർ രണ്ടാക്കി തിരിച്ചു. ഉണർന്നിരിക്കുമ്പോഴും നാം സ്വപ്നം കാണുകതന്നെയാണ് എന്ന നിരീക്ഷണത്തിന്റെ അടിസ്ഥാനത്തിലായിരുന്നു ഈ തരംതിരിവ്. കാരണം, ഉണർന്നിരിക്കുമ്പോൾ കാണുന്നതും അടിക്കടി മാറിക്കൊണ്ടിരിക്കുന്നുവല്ലോ.

ഉറക്കത്തിൽ സ്വപ്നം കാണുമ്പോൾ ആ കാണുന്ന സ്വപ്നവും സ്വപ്നം കാണുന്ന ആളും വേറെയാണ് എന്ന തോന്നൽ ഉണ്ടാകുന്ന പോലെ തന്നെയാണ് ഉണർന്നിരിക്കുമ്പോൾ ഉള്ള കാഴ്ചകളും അത് കാണുന്ന ആളും വേറെയാണ് എന്നതുമെന്നാണ് മറ്റൊരു ന്യായീകരണം. ഗൗഡപാദകാരിക എന്ന പേരിൽ മാണ്ഡൂക്യോപനിഷത്തിനുള്ള സവിസ്തരവ്യാഖ്യാനത്തിൽ ഇങ്ങനെ പറയുന്നു:

'യഥാ സ്വപ്ന ദ്വയാഭാസം സ്പന്ദതേ മായയാ മന:
തഥാ ജാഗ്രത് ദ്വായാഭ്യാസം സ്പന്ദതേ മായയാ മന:'

ഉറങ്ങിയാലും ഇല്ലെങ്കിലും നാം കാണുന്നത് സ്വപ്നമാണ് എന്നതിന് തെളിവായി മറ്റൊരു നിരീക്ഷണംകൂടി നമുക്ക് മറ്റൊരു മഹർഷി നിർദ്ദേശിച്ചു തരുന്നുണ്ട്. അത് കേനോപനിഷത്തിലാണ്. ഇന്ദ്രിയങ്ങൾ അല്ല ഇന്ദ്രിയങ്ങളുടെ പിന്നിലെ ഊർജ്ജമാണ് ഇന്ദ്രിയാനുഭൂതിക്കു നിദാനം. ഉണർന്നിരിക്കുമ്പോഴും സ്വപ്നം കാണുമ്പോഴും അനുഭൂതിയുടെ പിന്നിൽ പ്രവർത്തിക്കുന്നത് ഈ ഊർജ്ജമാണ്.

ഉറക്കത്തിലായാലും ഉണർച്ചയിലായാലും സ്വപ്നം കാണുന്ന ഈ അവസ്ഥ കഴിഞ്ഞാൽ പിന്നെ ജീവിതത്തിൽ സ്വപ്നം കാണാത്ത ഒരു

അവസ്ഥയേ ആകെ ഉള്ളൂ. അത് അഗാധമായ സുഷുപ്തിയാണ്. ഒന്നുമറിഞ്ഞില്ല, സുഖമായി ഉറങ്ങി എന്ന് നാം പറയുന്നത് ഈ അവസ്ഥയെക്കുറിച്ചാണ്. അതായത് യഥാർത്ഥ സുഖം ഇന്ദ്രിയസംവേദനം തികച്ചും അവസാനിച്ച നിലയാണ്. അപ്പോഴും പക്ഷേ, 'ഞാൻ' ശേഷിക്കുന്നുണ്ട്. സാക്ഷിയായ ബോധമാണ് അത്. അതാണ് ശരിയായ ഞാനെന്നും അതു തന്നെയാണ്

ജീവൻ എന്നും മഹർഷി തുടർന്ന് പറയുന്നു. ആ ജീവനിൽ അന്തർഗതമായിരിക്കുന്ന ഊർജ്ജമാണ് ബ്രഹ്മം അഥവാ പരാശക്തി. അതിന്റെ സ്വഭാവം അതിരുകളോ നാശമോ ഇല്ലാത്ത ആനന്ദമാണ്.

എന്നാൽ സുഷുപ്തി അവസ്ഥയിൽ ഇത് അനുഭവിക്കാൻ ഒരു വഴിയും ഇല്ല എന്നാണോ മഹർഷി പറയുന്നത്? അല്ല, ഉണ്ട്. ഉണർന്നിരിക്കുക, സ്വപ്നം കണ്ടോ കാണാതെയോ ഉറങ്ങുക എന്ന അവസ്ഥകൾക്കും അപ്പുറത്ത് തുരീയം എന്ന നാലാമത്തെ ഒരവസ്ഥയുണ്ട്. ആ അവസ്ഥയിൽ നാം ഉണർന്നിരിക്കുന്നുണ്ട് പക്ഷേ, ഇന്ദ്രിയ അനുഭൂതികൾ ഇല്ല, എങ്കിലും എല്ലാം അറിയുന്നുണ്ട്, അതേസമയം ഉറങ്ങുകയാണ്, സ്വപ്നം കാണുന്നുമുണ്ട്, അതൊന്നുംപക്ഷേ, അലോസരം ആകുന്നില്ല, ഗാഢനിദ്രയുടെ സ്വഭാവവും അനുഭവിക്കുന്നു, സ്ഥലകാലപരിമിതികൾ അസ്തമിച്ചിരിക്കുന്നു. ഇതാണ് സമാധി സ്ഥിതി.

മനുഷ്യർക്ക് മാത്രമേ ഈ സ്ഥിതി സാദ്ധ്യമാവുകയുള്ളൂ എന്നു ചൂണ്ടിക്കാണിക്കപ്പെടുന്നു. ഇതിലേക്ക് എത്താനായിരുന്നു സുദീർഘകാലജീവപരിണാമഗതി. എല്ലാ മനുഷ്യർക്കും ജീവിതത്തിൽ എപ്പോഴെങ്കിലും ഈ ആനന്ദം ലഭിക്കുന്നുണ്ട്. പലപ്പോഴും നൈമിഷികമാണെന്നു മാത്രം. സൃഷ്ടിയുടെ ലയത്തിൽ കലാകാരന്മാർ അനുഭവിക്കുന്നത് ഈ ആനന്ദമാണ്. ഇത് സാധാരണക്കാർക്ക് അപൂർവ്വമായി കിട്ടുന്ന 'മിന്നൽത്തുരീയ'ത്തേക്കാൾ കുറച്ചുകൂടി നീണ്ടുനില്ക്കുന്നു. അപ്പോഴും പക്ഷേ, സമാധിയുടെ സ്ഥിതിയിൽ എത്തുന്നില്ല.

ഈ കാര്യം വിശദമാക്കുന്ന മാണ്ഡുക്യോപനിഷത്ത് അഥർവ്വവേദത്തിൽ ആണ്. (ഈ ഉപനിഷത്തിലാണ് 'അയം ആത്മാ ബ്രഹ്മ' എന്ന മഹാവാക്യം ഉള്ളത്.) പന്ത്രണ്ട് മന്ത്രങ്ങളേ ഈ ഉപനിഷത്തിൽ ഉള്ളൂ.

ഉണർന്നിരിക്കുന്ന അവസ്ഥയിൽ നമ്മുടെ ജീവനെ വൈശ്വാനരൻ എന്ന് പറയുന്നു. പ്രപഞ്ചശരീരത്തിലെ മുഴുവൻ വൈശ്വാനരനെ വിരാട് പുരുഷൻ എന്നും. സ്വപ്നം കാണുന്ന ജീവന് തൈജസൻ എന്നുമാണ് പേര്. മൊത്തം പ്രപഞ്ച ശരീരത്തിലെ തൈജസന് പേര് ഹിരണ്യഗർഭൻ. സ്വപ്നം കാണാതെ ഉറങ്ങുന്ന ജീവൻ പ്രാജ്ഞൻ. ജാഗ്രതവസ്ഥയിൽ മനസ്സ് പുറത്തേക്ക് നോക്കുന്നു. സ്വപ്നാവസ്ഥയിൽ അകത്തേക്കും. ഗാഢനിദ്രയിൽ മനസ്സ് ബോധത്തിന്റെ പാത്രത്തിൽ നിശ്ചലമാണ്. ആ ഊ മ് എന്ന മൂന്നു ശബ്ദങ്ങളെക്കൊണ്ട് ഈ മൂന്നു അവസ്ഥകളെ ക്രമ

ത്തിൽ പ്രതിനിധീകരിക്കാം. ഈ ക്രമത്തിൽ തുടർച്ചയായി ഉച്ചരിച്ചാൽ ആ ശബ്ദസംഘാതം ഓം എന്ന ഏകാക്ഷരമാവും. ഓം ഉച്ചരിച്ചു തീരുമ്പോൾ എത്തിച്ചേരുന്നത് നിശ്ശബ്ദ അവസ്ഥയിലാണ്. അത് തുരീയത്തെ പ്രതിനിധീകരിക്കുന്നു. അതിനാൽ പ്രാപഞ്ചികതയിൽനിന്ന് സച്ചിദാനന്ദത്തിലേക്കുള്ള വാഹനമാണ് ഓം എന്ന അക്ഷരം. പ്രാപഞ്ചികത തുടങ്ങുന്നതോ സ്വപ്നത്തിൽനിന്നുമാണ്.

ഉണർന്നിരിക്കുമ്പോഴുള്ള സ്വപ്നത്തിന്റെ വികാരഭരിതമായ ജാഗ്രതവസ്ഥയിൽനിന്നു മനസ്സ് നിദ്രയിലെ സ്വപ്നങ്ങളിലൂടെ ആശാപൂരണവും ഭയവിരേചനവും നടത്തി ശാന്തമായി അടങ്ങി ബോധത്തിൽ ആണ്ട് പോകുന്നു. ഒരു പടികൂടി കടന്ന് മനസ്സ് ബോധത്തിൽ പൂർണ്ണമായി വിലയാം പ്രാപിച്ചാൽ തുരീയമായി.

ഉണർന്നിരിക്കുമ്പോൾ ഞാൻ ഉണ്ട്, സ്വപ്നം കാണുമ്പോഴും ഞാൻ ഉണ്ട്, ഒന്നും അറിയാതെ ഉറങ്ങിപ്പോയി എന്ന് പറയുന്ന അവസ്ഥയിലും ഞാൻ ഉണ്ട്. ഈ ഞാൻ ആണ് അടിസ്ഥാനബോധം. അതേയുള്ളു യാഥാർത്ഥ്യമെന്ന് മഹർഷി.

സ്വപ്നങ്ങളിലൂടെപോയേ മോക്ഷം ഉള്ളു എന്ന് സാരം. ഉണർന്നിരിക്കുമ്പോൾ ഉള്ള സ്വപ്നങ്ങൾ കടന്ന്, ഉറങ്ങുമ്പോഴുള്ള സ്വപ്നങ്ങളും കടന്ന്, സ്വപ്നം ഇല്ലായ്മയും കടന്നുവേണം മോക്ഷത്തിൽ എത്താൻ. സ്വപ്നം കാണാതെ സൃഷ്ടിയില്ല, സൃഷ്ടിയിൽനിന്ന് നിവൃത്തിയും ഇല്ല.

(സത്വം, രാജസ്സ്, തമസ്സ് എന്ന മൂന്നു 'ഗുണങ്ങൾ' ഇന്ദ്രിയഗോചര പ്രപഞ്ചത്തെ നിർമ്മിക്കുന്നു എന്നും ഈ മൂന്നിനെയും അതിക്രമിച്ചേ മോക്ഷപ്രാപ്തിയുള്ളു എന്നതിനാൽ ഓം എന്ന അക്ഷരം അയഥാർത്ഥ്യങ്ങളെ മൊത്തമായി അതിജീവിക്കാനുള്ള ഉപാധിയായും അറിയപ്പെടുന്നു.)

അഥർവ്വവേദത്തിലെ പ്രശ്നോപനിഷത്തിലും സ്വപ്നം ചർച്ചാവിഷയമാണ്. സുകേശൻ, സത്യകാമൻ, സൗര്യയാനി എന്ന് തുടങ്ങി ആറ് വിദ്യാർത്ഥികൾ സംശയ നിവൃത്തിക്കായി പിപ്പലാദൻ എന്ന മഹർഷിയെ സമീപിക്കുന്നു. ഇവരിൽ സൗര്യയാനിയാണ് സ്വപ്നത്തെക്കുറിച്ച് ചോദിക്കുന്നത്: 'സ്വപ്നം കാണുന്ന ദേവത ഏത്? ആ ആനന്ദം അനുഭവിക്കുന്നത് ആര്? ഇതെല്ലാം (സ്വപ്നവും ഉറക്കവും ഉണർച്ചയും) ആരിൽ സ്വരൂപിക്കപ്പെടുന്നു?'

മനസ്സാണ് സ്വപ്നത്തിന് അധിദേവത എന്നും എല്ലാം ചേർന്നിരിക്കുന്നത് ആത്യന്തികമായ ബോധത്തിലാണ് എന്നും ഗുരു മറുപടി പറയുന്നു.

മനസ്സിന് സ്വന്തമായ അസ്തിത്വമില്ല. ഇന്ദ്രിയങ്ങളിലൂടെ ഒഴുകി വരുന്ന നദികൾ ചേർന്നുണ്ടാകുന്ന സമുദ്രമാണ് അത്. അതിൽനിന്ന് മേഘങ്ങളായി കർമ്മചോദനകൾ ഉയരുന്നു. അവ വികാരക്കാറ്റുകളിൽ പറന്ന് മലകളിൽ മഴയായി വീണ് നദികൾ പുനർജ്ജനിക്കുന്നു. ചിലപ്പോൾ പുതിയ നദികൾ ഉത്ഭവിക്കുകയും ചെയ്യുന്നു. എല്ലാറ്റിനും പ്രഭുവും

സാക്ഷിയും സ്രോതസ്സും പ്രേഷകനുമായി സൂര്യൻ നില്ക്കുന്നു.

കാലം എന്ന ആശയത്തിന് സ്വപ്നത്തിൽ സംഭവിക്കുന്ന പരിണതികളും ദാർശനിക ഗ്രന്ഥങ്ങളിൽ ചർച്ചാവിഷയമാകുന്നുണ്ട്. സ്വപ്നത്തിലെ കാലത്തിന് ഉണർന്നിരിക്കുമ്പോഴുള്ള അനുഭവലോകത്തിലെ കാലവുമായി ബന്ധമൊന്നുമില്ലെന്ന് നമുക്കറിയാം. നീണ്ടകാലത്തെ അനുഭവം സ്വപ്നത്തിൽ ചിലപ്പോൾ ഒരു നിമിഷത്തിനകം സംഭവിക്കുന്നു. ഒരു നിമിഷത്തിലെ ലോകാനുഭവം സ്വപ്നത്തിൽ യഥേഷ്ടം നീളുകയും ചെയ്യുന്നു. സ്വപ്നം ഭാവികാലത്തിലേക്ക് ബഹുദൂരം ചെല്ലുന്നതും പതിവാണ്. സ്വപ്നങ്ങൾ പ്രവചനാത്മകങ്ങളാണ് എന്നൊരു വിശ്വാസം പണ്ടേ നിലവിലുണ്ട്. ‘സ്വപ്നം ചിലർക്ക് ചില കാലം ഒത്തിടും’ എന്നു മാത്രമല്ല ‘പുലർകാലക്കിനാവ് പാഴാവില്ല’ എന്നു വരെയുണ്ട് വിശ്വാസം. ഉണർന്നിരിക്കുമ്പോൾ നടത്തുന്ന ഭാവിനിഗമനങ്ങളേക്കാൾ സ്വപ്നത്തിലെ ഭാവി ദർശനങ്ങൾ വിശ്വസനീയങ്ങളാണ് എന്നാണ് ധാരണ. രാവണന്റെ പരാജയം സീതയ്ക്ക് കാവലിരിക്കുന്ന രാക്ഷസസ്ത്രീകൾ മുൻകൂട്ടി സ്വപ്നം കണ്ടു എന്ന *രാമായണ*ത്തിൽ പറയുന്നുവല്ലോ. ഇത്തരം മുൻകാഴ്ചയ്ക്ക് പക്ഷേ, ശാസ്ത്രീയമായ അടിത്തറ പഴയ അറിവുകളിലും കാണുന്നില്ല.

‘സർവ്വസ്യചാഹം ഹൃദി സന്നിവിഷ്ട’ (പ്രപഞ്ചത്തിൽ എല്ലാറ്റിന്റെയും ഹൃദയത്തിൽ പരാശക്തി കുടികൊള്ളുന്നു) എന്ന് ഗീതാപാഠമുണ്ട്. അതാണ് കാരണപുരുഷൻ. അതിന്റെ ആദ്യത്തെ ആത്മാവിഷ്കാരം പ്രകൃതി എന്ന അക്ഷരപശ്ചാത്തലം. ഇതിന്റെ ആവിഷ്കാരം ക്ഷരലോകം എന്ന ഭൗതികപ്രപഞ്ചം. മൂന്നും എല്ലാ ചരാചരങ്ങളിലും ഒപ്പം കുടികൊള്ളുന്നു. അതിനാൽ പ്രപഞ്ചത്തിലെങ്ങും പരാശക്തി എപ്പോഴും ഉണ്ട്. പരാശക്തി മാത്രമേ ആത്യന്തിക ഉണ്മയായി ഉള്ളൂ എന്നാണ് വേദാന്ത നിഗമനം. അതായത് അതിന്റെ തലത്തിൽനിന്ന് നോക്കുമ്പോൾ രണ്ടാമത്തെയും മൂന്നാമത്തെയും തലങ്ങൾ സ്വപ്നതുല്യമാണ്. മരുഭൂമിയിലെ മരീചികപോലെ എന്ന് ശുദ്ധ മായാവാദികൾ പറയും.

വേദങ്ങളിൽ സ്വപ്നത്തെ ചന്ദ്രപ്രകാശവുമായി ബന്ധപ്പെടുത്തിക്കാണുന്നു. മനസ്സ് ചന്ദ്രനും ബുദ്ധി സൂര്യനും. ‘തലക്കകത്തു നിലാവാ’ണെന്ന് സ്വപ്നാടനസ്വഭാവക്കാരെപ്പറ്റി പറയാറുണ്ടല്ലോ. സ്വപ്നപ്രേരകമായതിനാലാവാം നിലാവിനെ ഭ്രാന്തുണ്ടാക്കുന്നതെന്നു പഴിക്കാറുണ്ട്. ലൂനാറ്റിക്കും ലൂനസിയും ലൂനാർ കാര്യങ്ങളെന്ന് പടിഞ്ഞാറുനിന്നു കൂടിയും കേട്ടുകേൾവിയുമുണ്ട്.

ഒരു കാര്യം തീർച്ചയാണ്: സ്വപ്നങ്ങളേ ഇല്ലെങ്കിൽ കല എന്നൊന്ന് ഉണ്ടാവില്ല. സ്വപ്ന ദൃശ്യങ്ങളാണ് കലകളിൽ ആവിഷ്കൃതമാകുന്നത്. സ്വപ്ന അനുഭൂതിയാണ് അനുവാചകപുണ്യം. പ്രതിഭാനിദർശനങ്ങൾ പലപ്പോഴും നാളേക്ക് വഴികാട്ടി ആവാറുമുണ്ട്. എന്നുവച്ച് സ്വപ്നത്തെ

അതിരു കവിഞ്ഞ് ആശ്രയിക്കാനും വയ്യ. മലർപ്പൊടിക്കാരന്റെ കഥയിലെ സ്വപ്നം ഉദാഹരണം.

എന്തായാലും, വിരസവും ദുഃഖപൂർണ്ണവുമായ പ്രാപഞ്ചികജീവിത രീതിയിൽനിന്ന് പുറത്തുകടന്ന് നമുക്ക് മനോഹരങ്ങളായ സ്വപ്നങ്ങൾ കാണുക. അവയിലേതെങ്കിലും ചിലപ്പോൾ നാളെ സത്യമായി വന്നുകൂടാ യ്കയില്ലല്ലോ. അഥവാ അങ്ങനെ സംഭവിച്ചില്ലെങ്കിലും തല്ക്കാലത്തേക്ക് നമുക്ക് പ്രതീക്ഷയ്ക്ക് വക കിട്ടുന്നു. സ്വപ്നങ്ങൾ സ്വർഗ്ഗകുമാരികൾ തന്നെ! അവ ഈ ഭൂമിയിൽ ഇല്ലായിരുന്നെങ്കിൽ നിശ്ചലം ശൂന്യമീ ലോകം!

മനവും മതവും മദവും മറ്റും

പ്രപഞ്ചത്തിന്റെ വലുപ്പവും ആയുസ്സുമായി താരതമ്യം ചെയ്യുമ്പോൾ തന്റെ ജീവിതകാലവും ശരീരമാനങ്ങളും വളരെ നിസ്സാരങ്ങളാണെന്ന് മനുഷ്യൻ കണ്ടു. ഉള്ള അന്നത്തിനും ആയുസ്സിനും തന്നെ സുരക്ഷിതത്വ മില്ല എന്നുകൂടി കണ്ടു. അങ്ങനെയാണ് പ്രപഞ്ചത്തിന് ഒരു നാഥൻ ഉണ്ടാ കണമെന്നു നിശ്ചയിച്ചതും അദ്ദേഹത്തിന്റെ തീർപ്പുകൾ അലംഘനീയ ങ്ങളാണ് എന്നു തീരുമാനിച്ചതും.

പരസ്പരം ബന്ധപ്പെടാൻ ഒരു മാർഗ്ഗവുമില്ലാതെ ഭൂമിയുടെ പല ഭാഗ ങ്ങളിലും ജീവിച്ച പല സമൂഹങ്ങളും ഈ കാര്യത്തിൽ ഏതാണ്ട് ഒരേ രീതിയിലാണ് ചിന്തിച്ചത്. ഓരോരുത്തരും പക്ഷേ, ഈ നാഥന് ഓരോ പേരിട്ടു. ഓരോരുത്തരുടെയും നാഥൻ നടപ്പിലാക്കാൻ ഇച്ഛിക്കുന്ന നിയ മങ്ങളെക്കുറിച്ച് വെവ്വേറെ ധാരണകൾ ഉണ്ടായി.

ഈ പേരുകൾ വേറെ ആയതുകൊണ്ടും ഈ നിയമങ്ങളിൽ വ്യത്യാ സങ്ങളുള്ളതുകൊണ്ടും സംഘർഷങ്ങൾ ഉടലെടുത്തു. ഗോത്രനേതാക്കൾ ഈ സംഘർഷങ്ങൾ ഉപയോഗിച്ച് തങ്ങളുടെ സാമ്രാജ്യങ്ങൾ വികസി പ്പിക്കാൻ ശ്രമിച്ചു. താന്താങ്ങളുടെ ദൈവത്താൽ നിയമിതരാണ് തങ്ങൾ എന്ന് ഇവരിൽ ഓരോരുത്തരും അവകാശപ്പെട്ടതോടുകൂടി ഇവരുടെ കീഴിലെ ജനത വെറും ചാവേർപ്പട്ടാളങ്ങളായി.

സയൻസിന്റെ വരവോടെ രാജാക്കന്മാർ ഇല്ലാതാവുകയോ പേരിനു മാത്രമായി തീരുകയോ ചെയ്തു. സാങ്കേതികവിദ്യകൾ ഉപയോഗിച്ച് വ്യവസായങ്ങൾ നടത്തുന്നവർ ലോകത്തിന്റെ ഭരണം ഏറ്റെടുത്തു. ഇവർ ഓരോരുത്തരും തങ്ങളുടെ സാമ്രാജ്യം ലോകം മുഴുവൻ വ്യാപിപ്പിക്കാൻ ആഗ്രഹിച്ചു. അതിനാൽ സംഘർഷങ്ങൾ പഴയ പടി തുടരുന്നു.

ഈ സംഘർഷങ്ങളിൽ പീരങ്കിത്തീറ്റ ആവാൻ ആളുകളെ കിട്ടു

ന്നതിനുവേണ്ടി ചിരപുരാതനങ്ങളായ വിശ്വാസങ്ങൾ ഉപയോഗിക്കുന്നു. കൂടുതൽ യുക്തിഭദ്രമായ ഭരണക്രമം എന്ന നിലയിൽ രാജാധികാരത്തിന് പകരമായിവന്ന ജനാധിപത്യത്തിലും അധികാരം നേടാനും നിലനിർത്താനുംവേണ്ടി ഈ വിശ്വാസങ്ങളെത്തന്നെ ഉപയോഗിക്കുന്നു. എല്ലാ മതങ്ങളും ഏതാണ്ട് ഒരേ രീതിയിലാണ് ഉണ്ടായതും വളർന്നതും എന്ന കാര്യം ജനങ്ങൾ അറിയാതിരിക്കാൻ ഇവർ പരമാവധി ശ്രമിക്കുന്നു. വിദ്വേഷങ്ങൾ നിലനിർത്തുന്നു. സ്വരച്ചേർച്ചകൾ ഉണ്ടാക്കാനാണ് ശ്രമിക്കുന്നത് എന്ന് നടിക്കുകയും സ്വാഭാവികമായി ഉണ്ടാകുന്ന സ്വരച്ചേർച്ചകൾപോലും ഇല്ലാതാക്കാൻ വേണ്ടതെല്ലാം ചെയ്തുകൊണ്ടിരിക്കുകയും ചെയ്യുന്നു. ഇതിനാലാണ് ലോകം പൊതുവെ നല്ല മനുഷ്യരെക്കൊണ്ടാണ് നിർമ്മിക്കപ്പെട്ടിരിക്കുന്നതെങ്കിലും ഇപ്പോഴും വേണ്ടത്ര നന്നല്ലാതിരിക്കുന്നത്.

ഉവ്വ്, മതങ്ങളുടെ അടിസ്ഥാന ദർശനങ്ങൾ തമ്മിൽ ചെറുതല്ലാത്ത വ്യത്യാസങ്ങളുണ്ട്. അതിനാൽ എല്ലാ മതങ്ങളും ഒന്നുതന്നെയാണ് എന്ന് കള്ളം പറഞ്ഞു പരത്തുന്നതല്ല അഭികാമ്യമായ രീതി. ദർശന വൈരുദ്ധ്യങ്ങൾ തമ്മിൽ സഹവർത്തിത്വം അസാദ്ധ്യമാക്കുന്ന അടിസ്ഥാനപരമായ അന്തരം ഒന്നുമില്ലെന്നും ഭിന്നതകൾ കാത്തുസൂക്ഷിക്കുകയാണ് കരണീയം എന്നും പ്രപഞ്ചം വൈവിദ്ധ്യങ്ങളുടെ നൂലുകൾകൊണ്ട് നെയ്ത മനോഹര കമ്പളം ആയിരിക്കട്ടെ എന്നും നിശ്ചയിക്കുന്നതായിരിക്കും നല്ലത്.

ഭൂമി ഒരു ഉപഗ്രഹം ആണെന്നും എല്ലാരുമെല്ലാരും ഇതിലെ ബഹിരാകാശ യാത്രക്കാർ ആണെന്നും ഇതിന്റെ നിലനില്പും ഭദ്രതയും എല്ലാവരുടെയും പ്രാഥമിക താല്പര്യം ആണെന്നും മനുഷ്യസമൂഹം ഒരു ഉൾവിളിയാലെന്നപോലെ തിരിച്ചറിഞ്ഞുകൊണ്ടിരിക്കുന്നു. പ്രപഞ്ചകർത്താവിന്റെ വെളിപാടാണ് ഈ നിയോഗം എന്നാണ് എനിക്ക് തോന്നുന്നത്.

കാതലായ പ്രശ്നം അധികാരംതന്നെ എന്നുവേണം കരുതാൻ. രാജാവും പുരോഹിതനും തമ്മിലുള്ള തർക്കങ്ങൾ കഴിഞ്ഞ് മൂലധന താല്പര്യങ്ങൾ തമ്മിലുള്ള വടംവലികൾകൂടി അവസാനിച്ചുവേണം ആർക്കും ആരുടെ പുറത്തും യാതൊരു അധികാരവും സാദ്ധ്യമല്ല എന്ന നിശ്ചയത്തിൽ എത്താൻ. എവിടുന്ന് കൊയ്യാനും എവിടെ വിതയ്ക്കാനും ആർക്കും ഒരു പ്രത്യേക അധികാരവും അവകാശവും ഇല്ല എന്ന തീരുമാനമാണ് എത്രയോ യുഗങ്ങളായി കിളികളെ വംശനാശഭീഷണി ഇല്ലാതെ നിലനിർത്തിപ്പോരുന്നത്.

സംശയമൊന്നുമില്ല, ബോധ പരിണാമത്തിന്റെ ആ പ്രഭാതം തീർച്ചയായും വരും. കാലം കാത്തു വയ്ക്കുന്നത് അതാണ്. മതം മനസ്സിലെ മദം നീക്കി സ്നേഹ കാരുണ്യങ്ങളുടെ വിളവുകൾ നൂറുമേനി നല്കും. ഈ ഇരുണ്ട രാത്രി എത്ര നീണ്ടാലും തീർച്ചയായും അതിലേക്കു പുലരും.

ആദ്യവസാനമില്ലാത്ത കാരുണ്യപ്രവാഹം

ഈ കുറിപ്പ് എഴുതാൻ തുടങ്ങുംനേരം ഞാൻ തീർത്തും വിവശനാണ്. എന്തുകൊണ്ടെന്നാൽ എവിടന്ന് തുടങ്ങണമെന്ന് എനിക്കറിയില്ല. അത്രയേറെ സങ്കീർണ്ണമാണ് ഞാനും ഈ കാരുണ്യപ്രവാഹവും തമ്മിലുള്ള ബന്ധം. ഭാവങ്ങളുടെ തലത്തിലുള്ള ആ ബന്ധം എനിക്ക് പ്രാണന്നു തുല്യവും വാക്കുകൾക്ക് അതീതവുമാണ്.

ഈ പുഴയുടെ കരയിൽ പണ്ടുപണ്ടേ ജീവിച്ചവർ വാമൊഴിയായി കൈമാറിപ്പോന്ന വിവരങ്ങൾ ഒരു ഭാഗത്തുണ്ട്. ഓർമ്മവെച്ച നാൾ മുതൽ എനിക്ക് നേരിട്ടുള്ള അനുഭവങ്ങൾ സ്വന്തം വകയായും ഉണ്ട്. ഇവയെ ഇഴ പിരിച്ചു വേർപ്പെടുത്തുന്നത് ശ്രമകരമാണ്. രണ്ടും തമ്മിൽ അത്രയും ഇഴുകി ചേർന്നിരിക്കുന്നു. ഒരു റിലേ റെയ്സിൽ പങ്കെടുക്കുന്ന അനുഭവംതന്നെ. ഓടി ഇങ്ങെത്തിയവർ തന്ന ബാറ്റൺ വാങ്ങി ഞാൻ ഓടുകയാണ്. ഇത് അടുത്ത ആൾക്ക് കൈമാറണം.

ഒരു കാര്യം തീർച്ചയാണ്. ഇതൊരു അവസാനമില്ലാത്ത റെയ്സാണ്. ആയിരത്താണ്ടുകളായി ഇതു തുടരുന്നു. ഇനിയും ആയിരത്താണ്ടുകളിലേക്ക് ഇത് നീളും. ഞാനൊരു വെറും കണ്ണി മാത്രം.

ഒരിക്കൽ ഒരു ചർച്ചാവേളയിൽ ഞാനിത് പറഞ്ഞപ്പോൾ ഒരു സുഹൃത്ത് ചോദിച്ചു, അതെങ്ങനെയാണ്, ഒരേ പുഴയിൽ രണ്ടു വട്ടം കുളിക്കാൻ ഒക്കില്ല എന്ന ഒരു പഴമൊഴി ഇല്ലേ? ചോദ്യം പ്രസക്തമാണ്, പക്ഷേ, പുഴ എന്നാൽ എന്താണ് എന്നതിനുള്ള ഉത്തരം പൂർണ്ണമാകാത്തതുകൊണ്ടാണ് ഇങ്ങനെ ഒരു സംശയം. ഒരേ പുഴയിൽ രണ്ടുവട്ടം കുളിക്കാൻ ഒക്കില്ല എന്നത് നൂറു ശതമാനം ശരി. കുളിച്ചു കയറുമ്പോഴേക്കും വെള്ളം ഒക്കെ ഒഴുകി മാറി വേറെ വന്നിരിക്കുമല്ലോ. പക്ഷേ, ആ കണക്കിന് നമ്മളിൽ ആർക്കും ആരെയും ഒന്നിലേറെത്തവണ കാണാനൊക്കില്ല.

എത്ര അടുത്ത ബന്ധം ആയാലും ഈ നിയമം ബാധകമായിരിക്കും. കാരണം ശരീരത്തിലെ രക്തവും കോശങ്ങളും ഒക്കെ കൂടെക്കൂടെ മാറിക്കൊണ്ടിരിക്കുന്നു. അഞ്ചാറു മാസം കഴിയുമ്പോഴേക്കും തലച്ചോറിലെ ഏതാനും കോശങ്ങളൊഴികെ ഒരു മനുഷ്യന്റെ ബാക്കിയെല്ലാം മാറിക്കഴിഞ്ഞിരിക്കും. എങ്കിലും അപ്പോഴും നാം അതേ ആളെ തന്നെയാണല്ലോ കാണുന്നത്, ആ ആളുമായി തന്നെയാണല്ലോ ഇടപഴകുന്നത്. അതിനാൽ വെള്ളം എത്രതവണ മാറിക്കഴിഞ്ഞാലും തീരങ്ങൾ എത്ര ഇടിഞ്ഞു പോയാലും അടിയിലെ മണൽ എത്ര തവണ മാറി വന്നാലും പുഴ അതേ പുഴയായി ശേഷിക്കുന്നു. ശരീരം അല്ല ആത്മാവാണ് ശേഷിക്കുന്നതെന്ന് വേറൊരു ഭാഷയിൽ പറയാം. ഈ ആത്മാവിലാണ് അനാദിയായ ഗുരുപരമ്പരയുടെ സാന്നിദ്ധ്യം അലിഞ്ഞു കിടക്കുന്നത്. പുഴ അവരിലേക്കും അവർ പുഴയിലേക്കും എന്തെല്ലാമോ സന്നിവേശിപ്പിച്ചിരിക്കുന്നു.

ഈ കാലങ്ങളിൽ പുഴയുടെ തീരത്ത് ജനിച്ചു വളരാൻ ഭാഗ്യം ഉണ്ടായ എന്നിലൂടെ ഈ ചാക്രികത തുടരുന്നു. അതുകൊണ്ടുതന്നെ എനിക്ക് വലിയ ഉത്തരവാദിത്വങ്ങളുണ്ട്. ഈടുവെപ്പ് ഏറ്റെടുക്കണം, അതിലേക്ക് എന്തെങ്കിലും ഒന്ന് ചേർക്കണം, അത് തിരികെ ഈ പുഴയിൽ നിക്ഷേപിക്കുകയും വേണം. അതെ, അതിനായി തന്നെയാണ് എന്റെ ഈ ജീവിതം.

അതുകൊണ്ടുതന്നെ ഈ പുഴയുടെ ഭാവിയെക്കുറിച്ച് എനിക്ക് ഭയാശങ്കകൾ ഇല്ല. ഇതിന് ഒരിക്കലും നാശം ഉണ്ടാകാൻ പോകുന്നില്ല. കോലം മാറിയേക്കാം. തീരത്തിന് ഭംഗി കൂടിയേക്കാം, കുറഞ്ഞേക്കാം. അണക്കെട്ടുകൾ വന്നേക്കാം, തകർന്നു പോയേക്കാം. പാലങ്ങൾ ഈ പുഴയെ കവച്ചുവെച്ച് നില്ക്കാം, ഇടിഞ്ഞുവീഴാം. പുഴ ചളി കെട്ടിനിറഞ്ഞേക്കാം, വറ്റിപ്പോയേക്കാം. ദേശാടനക്കിളികൾ വരാതെ ആയേക്കാം. എന്തു വന്നാലും ശരി, പോയാലും ശരി, പുഴ ഒരിക്കലും അതല്ലാതാവില്ല, ഇല്ലാതാവില്ല.

നോക്കൂ, ഇതിനിടെ എന്തുമാത്രം മാറിക്കഴിഞ്ഞു ഈ പുഴ! എനിക്ക് ഓർമ്മവെച്ച കാലം ഇത് വെൺമണലും തെളിനീരും ആയിരുന്നു. കൈക്കുടന്നയിൽ ജലം കോരി കുടിച്ച് ദാഹം തീർത്തു, ആ മണലിലിരുന്ന് വിശ്രമിച്ചു, കുളിച്ചു കയറി കൈക്കുടന്നയിൽ വെള്ളം കോരി തർപ്പണം ചെയ്തു. ക്ഷീണം മാറി. ആശ്വാസത്തോടെ നെടുവീർപ്പിട്ടു.

ഞാൻ ഓർക്കുന്നു, ആ കാലത്താണ് ഒരുദിവസം മുത്തച്ഛൻ ഒരു കുടന്ന വെള്ളം കോരി എന്റെ ചെവിയോട് അടുപ്പിച്ച് എന്നോട് ചോദിച്ചത് 'നിനക്ക് ഇതിൽ കടലിരമ്പം കേൾക്കാമോ?' എന്ന്. 'ഇല്ലല്ലോ!' എന്ന് ഞാൻ നിസ്സഹായത വെളിപ്പെടുത്തി. മുത്തച്ഛൻ തുടർന്നു, 'അതു പറ്റില്ല, കേൾക്കണം! നന്നായി കാതോർത്താൽ കേൾക്കാൻ നിനക്ക് കഴിയും.'

ഇപ്പോഴും കഴിഞ്ഞിട്ടില്ല. പക്ഷേ, ഒരുദിവസം അത് കഴിയുമെന്ന് എനിക്ക് നിശ്ചയമുണ്ട്. ഞാനിപ്പോഴും ഈ കാര്യത്തിൽ ഉത്സാഹവാനാണ്.

എനിക്കറിയാം, ഒരുപക്ഷേ, ആ ശ്രുതി കേൾക്കുന്നത് ഞാൻ അലകടലിൽ വിലയിക്കുന്ന ദിവസവും നേരവുംതന്നെ ആയിരിക്കാം!

കാലക്രമേണ പുഴ എന്റെ സർവ്വകലാശാലയായി. പുഴയിൽനിന്ന് നോക്കി ചക്രവാളം മുതൽ ചക്രവാളം വരെ കണ്ടു. പടിഞ്ഞാറ് മൂന്ന് കിലോമീറ്റർ അപ്പുറത്ത് അറബിക്കടൽ, കിഴക്ക് അമ്പത് നാഴിക മാത്രം ദൂരെ പശ്ചിമഘട്ടം. മേലെ ഏറെ ദൂരെയല്ല എന്ന് തോന്നിപ്പിച്ചുകൊണ്ട് ആകാശം. താഴെ വെള്ളത്തിനടിയിൽ അത്രതന്നെ അടുത്തായി ആകാശത്തിന് പ്രതിബിംബം. മണലിൽ മലർന്നു കിടന്നു സൂര്യചന്ദ്രന്മാരെയും നക്ഷത്രങ്ങളെയും നിരീക്ഷിച്ച് ജ്യോതിശാസ്ത്രത്തിലെ ബാലപാഠങ്ങൾ വശമാക്കി. ആകാശത്തെ മേഘങ്ങളുടെ ഗതിയും സ്വഭാവവും ആകൃതിയും നോക്കി ഋതുഭേദങ്ങൾ പറയാൻ കഴിയുമെന്നായി. വെള്ളാരം കല്ല് പെറുക്കി താരതമ്യം ചെയ്ത് ജിയോളജി പഠിച്ചു. നീർച്ചാലുകളുടെ ഒഴുക്ക് നിരീക്ഷിച്ച് ഹൈഡ്രോളിക്സ് മനസ്സിലാക്കി. വെള്ളത്തിലെ കൊച്ചു ജീവികളെ നിരീക്ഷിച്ച് ബയോളജിയിൽ തല്പരനായി. കുതിർന്ന മണ്ണിൽ വളരുന്ന ചെടികളെ തിരിച്ചറിഞ്ഞു, അവയുടെ ഔഷധഗുണങ്ങൾ കേട്ടറിവുകളിൽനിന്ന് പഠിച്ചു. പൊന്നാനിക്ക് പോകുന്ന കെട്ടുവള്ളങ്ങളിൽനിന്ന് വഞ്ചിപ്പാട്ടിന്റെ താളവും ഈണവും ഗ്രഹിച്ചു. പ്രഭാതത്തിലെ ഹർഷവും സന്ധ്യയുടെ വേദനയും അറിഞ്ഞു. ഓരോ വേർപാടിന്റെയും മറുപുറത്തൊരു തിരിച്ചുവരവുണ്ടെന്ന വിശ്വാസം ഉണ്ടായി. പൂഴിയിൽ ചിതറിക്കിടക്കുന്ന അസ്ഥിക്കഷണങ്ങൾ വെറുതെ ചിരിച്ചതിന്റെ അർത്ഥം അറിഞ്ഞു. അപൂർവ്വമായി കണ്ടു കിട്ടുന്ന തലയോട്ടികളിലെ 'ശിരോരേഖകൾ' വായിക്കാൻ ശ്രമിച്ചു. അസ്ഥിയോടൊപ്പം ഒഴുക്കപ്പെട്ട ജാതകങ്ങളിൽ ശുക്രദശകൾ മുതൽ ചക്രവർത്തിയോഗം വരെ കണ്ടുപിടിച്ചു! കക്കകൾ പച്ച മണലിൽ ഒരു രാവുകൊണ്ട് എഴുതുന്ന ഏകാക്ഷരകാവ്യങ്ങൾ വായിച്ചു. അങ്ങനെയങ്ങനെയാണ് എന്റെ വിദ്യാഭ്യാസം ഇത്രയെങ്കിലും പൂർത്തിയായത്. അതായത് എന്റെ മനസ്സ് എന്ന പാത്രം രൂപപ്പെട്ടത് ഈ പുഴയിലെ കുതിർന്ന കളിമണ്ണുകൊണ്ടാണ്.

എന്നെ എഴുത്തുകാരനാക്കിയതും ഈ പുഴതന്നെ. പുഴയുടെ ഭാവപ്രകടനശേഷി അപാരം! ശോഷിച്ചു നിരാലംബയായി കണ്ണീർച്ചാലുകൾ മാത്രം ഒഴുക്കി നെടുവീർപ്പിടുന്ന പുഴ, നുരഞ്ഞു പതഞ്ഞ് അലറിച്ചീറി ചുര മാന്തി ആക്രോശിച്ച് കുതിച്ചടുക്കുന്ന പുഴ, തന്നെ കാണാൻ വരാത്തവരെ തേടി കര കവിഞ്ഞ് വരുന്ന പുഴ, തന്റെ വിരിമാറിലെ മണലിൽ ഒരു കാലടിപ്പാടും ഒരു രാവിനപ്പുറത്തേക്ക് ശേഷിപ്പിക്കാത്ത പുഴ, ആർ എന്ത് നല്കിയാലും സന്തോഷത്തോടെ ഏറ്റുവാങ്ങുന്ന പുഴ, ആർ എത്ര കോരി എടുത്താലും മുഷിയാതെ ചിരിക്കുന്ന പുഴ, തന്റെ മാറിടം കൊത്തിക്കീറുന്നവർക്കും കുടിക്കാൻ വെള്ളം നല്കുന്ന പുഴ, ഏതു ഭാരവും കടലോളം ചുമക്കുന്നതിന് ഒരു കൂലിയും ചോദിക്കാത്ത പുഴ, കരയിലെ എല്ലാ അഴുക്കുകളും അലിയിച്ച് കടലിലേക്ക് കൊണ്ടുപോയി അവിടുന്ന് ഉയിർത്തെഴുന്നേല്ക്കുമ്പോൾ ശുദ്ധജലം മാത്രമായി

മേഘങ്ങളായി വീണ്ടും മലയിലേക്ക് പോയി പെയ്യാൻ തയ്യാറാവുന്ന പുഴ, ആരുമാരും തമ്മിൽ ഒരു വിധ പക്ഷഭേദവും കാണിക്കാത്ത പുഴ അതെ, ഇത് എന്റെ പുഴ, നിങ്ങളുടേയും!

സംശയമില്ല, ഇതിന്റെ ഇരുകരകളിലും ഇന്നോളം ഉണ്ടായ എല്ലാ നല്ല കാര്യങ്ങൾക്കും ഉത്തരവാദി ഈ പുഴയാണ്. ഈ തീരങ്ങളിൽ വിദ്യാലയങ്ങൾ നടത്തിയിരുന്നവർക്ക് ദാഹജലം നല്കിയത് ഈ പുഴയാണ്. അന്നം വിളയിച്ചതും ഈ പുഴ തന്നെ. ഈ പുഴയിലൂടെയാണ് ആളുകൾ പണ്ട് യാത്ര ചെയ്തത്. കയറ്റുമതിയും ഇറക്കുമതിയും എല്ലാം ഇതിലൂടെ ആയിരുന്നു.

പക്ഷേ, പുഴ നിശ്ശബ്ദം നമ്മോട് പറയുന്നു, അഹങ്കരിക്കരുത്. ഇത് പറയാൻ പുഴയ്ക്ക് പൂർണ്ണമായ അവകാശമുണ്ട്. അതിനു വേണമെങ്കിൽ നമ്മോട് ചോദിക്കാം, 'എത്ര സമർത്ഥമായി വഴി തിരിച്ചറിഞ്ഞ് വളഞ്ഞു പുളഞ്ഞു വകതിരിവോടെ ഒഴുകിയാണ് ഞാൻ ഇവിടെ എത്തിയത് എന്ന് നിങ്ങൾക്ക് അറിയാമോ?' പക്ഷേ, പുഴ ഒരിക്കലും അഹങ്കാരത്തിന്റെ ഒരു ശബ്ദവും പുറപ്പെടുവിക്കുന്നില്ല. പകരം, കറ കളഞ്ഞ വിവേകത്തിന്റെ നിശ്ശബ്ദത മാത്രം പുലർത്തുന്നു. കാരണം, പുഴയ്ക്ക് അറിയാം അതിന് ഒഴുകിപ്പോരാനുള്ള വഴി കോടിക്കണക്കിന് കൊല്ലം മുമ്പേതന്നെ അവിടെ തയ്യാറായി കിടന്നിരുന്നു എന്ന്!

എല്ലാ മനുഷ്യരുടെയും ഉള്ളിലൂടെ ഓരോ പുഴ ഒഴുകിക്കൊണ്ടിരിക്കുന്നു. ഭാരതത്തിൽ പണ്ട് ജീവിച്ചവർ ആ പുഴയ്ക്ക് ഗംഗ എന്ന ഒരു പൊതു നാമധേയം നല്കി. ആ പുഴയുടെ ശുദ്ധിയും തെളിമയും ആണ് മനുഷ്യന്റെ മനസ്സിലെ സന്തോഷത്തിന് നിദാനം. അതു മലിനമായാൽ എല്ലാം മലിനമാവുന്നു. അതുകൊണ്ട് പുഴ മലിനമാകാതിരിക്കണോ വേണ്ടയോ എന്ന ചോദ്യത്തിന് രണ്ട് ശരിയുത്തരങ്ങൾ ഇല്ല. ആകാശഗംഗ വരെ മലിനമാക്കുന്നതാണോ പുരോഗതിയുടെ തെളിവ് എന്ന ചോദ്യത്തിനും ഒന്നിലേറെ ശരിയുത്തരങ്ങൾ ഇല്ല!

തുടക്കം നന്നായാൽ

തുടക്കം നന്നായാൽ എല്ലാം നന്നായി എന്നാണ് പറയാറ്. അത് വളരെ ശരിയാണെന്ന് ജീവിതത്തിൽ ജയിച്ചവരൊക്കെ രേഖപ്പെടുത്തിയിട്ടുമുണ്ട്. വെറുമൊരു ഓട്ടപ്പന്തയത്തിൽ ആയാലും സ്റ്റാർട്ടിങ് പിശകിയാൽ കുഴഞ്ഞതുതന്നെ!

എട്ടാം ക്ലാസിൽ എത്തുമ്പോൾ പന്ത്രണ്ടുവയസ്സ് തികഞ്ഞിരിക്കുമല്ലോ. എന്നുവെച്ചാൽ കൗമാരപ്രായമായി. ഇതൊരു വലിയ മുതിർച്ചയാണ്. പന്ത്രണ്ടു വയസ്സു മുതൽ പന്ത്രണ്ടു കൊല്ലമാണ് പഴയ സമ്പ്രദായപ്രകാരം വിദ്യാഭ്യാസകാലം. ബ്രഹ്മചാരിയായി ഇരിക്കേണ്ട ഘട്ടം എന്നാണ് ഇതിന് പണ്ട് പറഞ്ഞിരുന്നത്. അതായത് കളിചിരികളുടെ കൂടെ അല്പം കാര്യബോധവുംകൂടി ആവശ്യമാകുന്ന കാലം. എന്തു ചെയ്യുമ്പോഴും പോരിമയോടെ മനസ്സിരുത്താൻ സമയമായി എന്ന് അർത്ഥം.

എട്ടിൽനിന്ന് ഒൻപതിലേക്ക് കടക്കുന്നവർക്കോ, പഠനത്തിൽ കാലുറപ്പിക്കാനുള്ള അവസരം. പോയവർഷം വല്ല പോരായ്മയും വന്നിട്ടുണ്ടെങ്കിൽ അത് നികത്താനുള്ള ഇടവേള.

പത്തിലേക്ക് പ്രവേശിക്കുന്നവർക്കാകട്ടെ, ജീവിതത്തിലെ ആദ്യത്തെ വെല്ലുവിളിയെ പുല്ലുപോലെ നേരിടാനുള്ള ഒരുക്കത്തിന് കാലം വന്നിരിക്കുന്നു. ഏതു പരീക്ഷയും നന്നായി വിജയിക്കണമെങ്കിൽ ആ പരീക്ഷയിലേക്ക് നാം ക്രമത്തിൽ വളരണം. നാലു ദിവസംകൊണ്ടോ ഒരാഴ്ചകൊണ്ടോ കൈവരിക്കാവുന്നതല്ല ഈ വളർച്ച. അത് പടിപടിയായി മാത്രമേ സാധിക്കൂ. ഒരുപാട് പോഷകാഹാരം ഒരു ദിവസംകൊണ്ട് അകത്താക്കാൻ ശ്രമിച്ചാൽ എന്തുണ്ടാവും? ഉള്ള ആരോഗ്യവും പോവും!

ഓർക്കാനുള്ള ഒരു കാര്യം ഇതാണ്: പില്ക്കാലത്ത്, നാം വലുതായ

തിനുശേഷം, തിരിഞ്ഞുനോക്കുമ്പോൾ അശ്രദ്ധയുടെ പേരിൽ നമ്മെ ത്തന്നെ പഴിക്കാൻ ഇടയാകരുത്.

ആരോഗ്യപരിപാലനമാണ് ശ്രദ്ധിക്കാനുള്ള പ്രത്യേകമായ സംഗതി. പകർച്ചവ്യാധികൾ നമ്മെ വിഷമിപ്പിക്കാം. തടയിടാനുള്ള ഒരുക്കങ്ങളും പെരുമാറ്റരീതിയും പ്രത്യേകമായി പാലിച്ചേ തീരൂ. ചെറിയ നോട്ടക്കുറ വുകൊണ്ട് വലിയ പ്രയാസം വരാം. ജാഗ്രതയാണ് മറ്റ് എന്തിന്റെയും എന്ന പോലെ ആരോഗ്യത്തിന്റെയും രഹസ്യം.

എന്തുവന്നാലും മനസ്സിലെ പ്രസാദം നിലനിർത്തുക. അതു പോയാൽ പഠിക്കാനും ഓർമ്മിക്കാനുമൊക്കെ പാടാവും. ഒന്നു ചിരി ക്കാനും ഒരു പാട്ടു മൂളാനും മനസ്സ് എപ്പോഴും തയ്യാറായിരിക്കട്ടെ. അതു സാധിച്ചാൽ ഒരു കാര്യത്തിലും പിന്നെ തോല്വി ഇല്ലേ ഇല്ല! മുന്നിൽ പുതുതായി തുറക്കുന്നത് വിജയത്തിലേക്കുള്ള വാതിൽ എന്ന് തീർച്ച.

ചെങ്കോൽ എന്ന ദുരന്തവടിയെക്കുറിച്ച്

അടിയന്തരാവസ്ഥക്കാലത്തെ അനുഭവം മനസ്സിനേല്പിച്ച ആഘാതത്തിന്റെ സൃഷ്ടിയാണ് 'നാടകാന്തം' എന്ന എന്റെ ചെറുകഥ. പക്ഷേ, രണ്ടും തമ്മിൽ പ്രത്യക്ഷത്തിൽ ഒരു ബന്ധവുമില്ല എന്നേ തോന്നൂ. ഒന്ന് ഇന്ത്യാ മഹാരാജ്യത്തിന്റെ തലസ്ഥാനമായ ഡൽഹി നഗരിയിൽ വിശാലമായ അരങ്ങിലും, ഒപ്പം ഇന്ത്യാമഹാരാജ്യത്ത് പൊതുവായി എങ്ങെങ്ങും നടമാടിയ വൈകൃതത്തിന്റെ കഥ. മറ്റേത് എന്റെ നാട് എന്ന് ഞാൻ വിളിക്കുന്ന ഈ കുഗ്രാമത്തിലെ ഒരു ചെറിയ സ്കൂളിൽ അരങ്ങേറിയ ഒരു സംഗീത നാടകത്തിന്റെ കഥ. രണ്ടും തമ്മിൽ എന്തെങ്കിലും ബന്ധമുണ്ടെന്ന് ആർക്കും തോന്നിയില്ല എങ്കിൽ അത്ഭുതമില്ല.

ഇനി ഇതിന്റെ ശരിയായ കഥ പറയാം. ഡൽഹിയിൽ ഞാൻ ജോലി ചെയ്തിരുന്ന ഇടതുപക്ഷ പത്രസ്ഥാപനം, അടിയന്തരാവസ്ഥയെ അനുകൂലിക്കാത്തതിന്റെ പേരിൽ, അടച്ചുപൂട്ടേണ്ടി വന്നു. ആരോടും പരാതി പറയാൻ ഇല്ലാത്തതുകൊണ്ട് അതിൽ പ്രവർത്തിച്ചിരുന്ന ഞങ്ങളെല്ലാം താന്താങ്ങളുടെ നാടുകളിലേക്ക് പിന്മാറി. ഞാൻ എന്റെ നാട്ടിൽവന്ന് ഉപജീവനത്തിന് വാഴകൃഷിയും മനസ്സമാധാനത്തിന് എഴുത്തുമായി ജീവിക്കാൻ തുടങ്ങി. ഈ പുഴയും ആകാശവും എനിക്ക് നഷ്ടപ്പെട്ട സ്വാസ്ഥ്യം തിരിച്ചുതരാൻ മതിയായി. വാഴയിൽ നന്നായി വിളവ് ഉണ്ടാവുകയും ഒരു നോവൽ എഴുതാൻ കഴിയുകയും ആമാശയത്തിലെ പുണ്ണ് ശമിച്ചുവരികയും ചെയ്തപ്പോൾ പുനരുജ്ജീവനം സാദ്ധ്യമാണെന്ന് തോന്നിത്തുടങ്ങി.

ഇങ്ങനെയിരിക്കെയാണ് ഒരു പരിചയവുമില്ലാത്ത ആരുടെയോ ഒരു പോസ്റ്റ് കാർഡ് വരുന്നത്. തൃശ്ശൂരിൽ ഒരു യോഗത്തിൽ പ്രസംഗിക്കാൻ ചെല്ലണമെന്നായിരുന്നു അതിലെ 'ആജ്ഞ.' അക്ഷരാഭ്യാസം തികയാത്ത

ആരോ എഴുതിയതാണെന്ന് അതിന്റെ രൂപവും ഭാവവും തെളിയിച്ചു. സാധാരണയായി, ആർ ഒരു കത്തയച്ചാലും ഏറെ വൈകാതെ ഒരു മറുപടി ഞാൻ അയക്കാറുണ്ട്. ഇതിന് പക്ഷേ, ഒരു മറുപടി ആവശ്യമാണെന്ന് തോന്നിയില്ല, അയച്ചുമില്ല. മാത്രമല്ല, ഓർമ്മിക്കാൻ കോപ്പുള്ള ഒരു കാര്യം അല്ലാത്തതുകൊണ്ട് ഇതേപ്പറ്റി മറക്കുകയും ചെയ്തു.

കുറച്ചുനാൾ കഴിഞ്ഞ് ഒരു രാത്രിയിൽ എന്റെ അയൽവാസിയായ ഒരു പൊലീസ് ഇൻസ്പെക്ടർ എന്നെ തേടി വന്നു. മലപ്പുറത്ത് ജില്ലാ പൊലീസ് ആസ്ഥാനത്ത് ആയിരുന്നു കുടുംബസുഹൃത്തായ ശങ്കരമ്മാമൻ ജോലി ചെയ്തിരുന്നത്. എന്നും ഇവിടന്ന് ബസിൽ പോയി വരും.

'നിന്നെ അറസ്റ്റ് ചെയ്യാൻ മുകളിൽനിന്ന് ടെലിഫോൺ വഴി ഒരു ഓർഡർ വന്നിട്ടുണ്ട്. തല്ക്കാലം മുങ്ങുന്നതാണ് നല്ലത്. ഞാനിത് നിന്നോട് പറഞ്ഞിട്ടില്ല.'

സുഭാഷ് ചന്ദ്രബോസിന്റെ പടയാളികളിൽ ഒരാൾ ആയിരുന്ന അച്ഛനോട് ഞാൻ ഈ കാര്യം പറഞ്ഞപ്പോൾ അച്ഛൻ പറഞ്ഞു, 'ഉടനെ എവിടെയെങ്കിലും പോകുന്നതാണ് നല്ലത്.'

വാറണ്ടില്ലാതെ അറസ്റ്റ് ചെയ്തു കൊണ്ടുപോയ പലരും തിരികെ വരാത്ത കലികാലമാണല്ലോ എന്ന് ആരോടെന്നില്ലാതെയും പറഞ്ഞു.

അപ്പോഴേ സ്ഥലംവിട്ട ഞാൻ തിരൂർ റെയിൽവേ സ്റ്റേഷനിൽനിന്ന് അന്നത്തെ മുഖ്യമന്ത്രി സി അച്യുതമേനോന് ഒരു കാർഡ് എഴുതിയിട്ടു. വണ്ടി വരാൻ വൈകിയതിനാൽ വീണുകിട്ടിയ സമയത്തിനിടെ തോന്നിയ ഒരു ബുദ്ധി. അച്യുതമേനോൻ അച്ഛന്റെ കോൺഗ്രസ് പ്രവർത്തനകാലത്തെ കൂട്ടുകാരനായിരുന്നു. വീട്ടിൽ വല്ലപ്പോഴുംവന്ന് എനിക്ക് പരിചയവുമുണ്ട്. 'ഒരു ഒന്നര വാറണ്ടു കൂടി പുറപ്പെടുവിച്ചു തന്നാൽ എന്റെ ഭാര്യക്കും ഒരു വയസ്സ് തികയാത്ത കുട്ടിക്കും കൂടി സർക്കാർ ചെലവിൽ ജയലിൽ കഴിയാമായിരുന്നു, അമാന്തിക്കരുത്', എന്നാണ് ആ കാർഡിൽ എഴുതിയിരുന്നത്.

പിറ്റേന്നുതന്നെ ശങ്കരമ്മാമനും രണ്ട് കോൺസ്റ്റബിൾമാരും എന്നെ അന്വേഷിച്ച് വീട്ടിൽ വന്നു. ആൾ സ്ഥലത്തില്ലെന്ന് രേഖയാക്കി മടങ്ങി.

മുഖ്യമന്ത്രിക്ക് അയച്ച കത്ത് എന്തായാലും ഫലം കണ്ടു. അദ്ദേഹം പൊലീസ് വകുപ്പിനോട് എന്റെ അറസ്റ്റിന്റെ വിശദവിവരങ്ങൾ ആരാഞ്ഞു.

കോൺഗ്രസിന്റെ ഏതോ ഒരു യുവനേതാവ് വിളിച്ചു പറഞ്ഞതനുസരിച്ച് പുറപ്പെട്ട വാക്കാൽ വാറന്റാണ്. അതു പിൻവലിച്ച വിവരം എന്റെ വീട്ടിൽ വന്ന് അറിയിക്കാൻ അദ്ദേഹം രേഖാമൂലം ഉദ്യോഗസ്ഥന്മാരോട് ആവശ്യപ്പെട്ടു. അത് അവർ നിറവേറ്റിയ കാര്യം അച്ഛനെന്നെ അറിയിക്കുംവരെയേ എനിക്ക് അജ്ഞാതവാസം വേണ്ടിവന്നുള്ളൂ.

ഇതിനെ തുടർന്നാണ് ഒരു കാര്യം എനിക്ക് മനസ്സിലായത്. ഒരു *വീക്ഷണം* പത്രം കക്ഷത്തു വെച്ചു നടന്നാൽ ഏത് പൊലീസ് സ്റ്റേഷനിലും കയറി ആരെയും അറസ്റ്റ് ചെയ്യിക്കാൻ ആ കാലത്ത് കഴിയുമായിരുന്നു! താൻ ഒരു പോസ്റ്റ് കാർഡിൽ ഉത്തരവ് എഴുതി അയച്ചാൽ

അനുസരിക്കാത്ത ഞാൻ ശിക്ഷിക്കപ്പെടേണ്ടതാണെന്ന് ഏതോ ഒരു യൂത്ത് കോൺഗ്രസുകാരനു തോന്നി. അയാൾ ഡി സി സി ഓഫീസിലെ ഫോണിൽനിന്ന് പൊലീസിൽ വിളിച്ചു പറഞ്ഞു.

ഈ അനുഭവം എന്നെ അധികാരമെന്ന കാര്യത്തെക്കുറിച്ച് കുറെക്കൂടി ചിന്തിക്കാൻ പ്രേരിപ്പിച്ചു. ഡൽഹിയിൽ വെച്ച് അനുഭവിച്ചതിനു പൂരകം ആയിരുന്നു ഇത്. അധികാരത്തിന്റെ യഥാർത്ഥ സ്വഭാവവും അത് ഉണ്ടാക്കുന്ന ലഹരിയും അത്ഭുതകരം തന്നെ എന്ന് എനിക്ക് തോന്നി. അന്യഥാ നിരുപദ്രവകാരിയായ ഒരു മനുഷ്യൻ ഒരു ചെങ്കോൽ കൈയിൽ കിട്ടുന്നതോടുകൂടി ആകെ മാറുന്നു! അയാളിൽ അഹങ്കാരവും പരപീഡനരതിയും മുളയ്ക്കുന്നു. കൈയിൽ കിട്ടിയ വടികൊണ്ട് വഴിയിൽ കണ്ട എല്ലാ തളിരുകളും തല്ലിക്കൊഴിക്കുന്ന വികൃതിക്കുട്ടിയുടെ സ്വഭാവം അയാളിൽ ഉറവെടുക്കുന്നു. പെരുമാറ്റം ഒരു ഭൂതാവിഷ്ടന്റേയായി മാറുന്നു. മറ്റുള്ളവർ തന്നോട് ചെയ്യുമെന്ന് താൻ ഭയപ്പെട്ട എല്ലാ കാര്യങ്ങളും അയാൾ മറ്റുള്ളവരോട് ചെയ്യുന്നു. അത്ഭുതകരമായ ഈ രൂപാന്തരമാണ്: 'നാടകാന്തം' എന്ന കഥയിലെ ഇതിവൃത്തം.

കുട്ടിക്കാലത്ത് ഞങ്ങളുടെ നാട്ടിൽ അരങ്ങേറിയ ഒരു സംഗീത നാടകത്തിന്റെ കാര്യംകൂടി എനിക്ക് അന്നേരം ഓർമ്മ വന്നു. മഹാരാജാവും രാജ്ഞിയും ഒക്കെയുള്ള ഒരു പഴഞ്ചൻ നാടകം. മണി കെട്ടിയ കുന്തം പിടിച്ച് പെരുമാറി ശീലമുള്ള അഞ്ചലോട്ടക്കാരനാണ് രാജാവായി അഭിനയിച്ചത്. റാണിയായി വേഷം കെട്ടിയത് എന്റെ പ്രായക്കാരനായ കൊച്ചപ്പൻ എന്ന ഒരു സാധു കുട്ടിയും. രാജാവ് യുദ്ധം ചെയ്ത് രാജ്ഞിയെ കൊള്ളക്കാരിൽനിന്ന് വീണ്ടെടുക്കുന്നതാണ് കഥ.

അവസാനത്തെ ഒരു പാട്ടു കൂടി കഴിഞ്ഞാൽ നാടകം തീർന്നു എന്നിടത്ത് എത്തുവോളം എല്ലാം ഭംഗിയായി നടന്നു. ആ നിർണ്ണായക ഘട്ടത്തിൽ രാജാവ് രാജ്ഞിയെ കടന്നൊരു പിടി! നാടകത്തിൽ ഇല്ലാത്ത അഭിനയം!

കർട്ടന്റെ പിന്നിൽനിന്നും മുന്നിൽനിന്നുതന്നെയും എത്ര ഉറക്കെ ആവശ്യപ്പെട്ടിട്ടും രാജ്ഞിയെ കൈവിടാൻ കൂട്ടാക്കിയുമില്ല! തമാശയാണെന്ന് ആദ്യം എല്ലാവരും വിചാരിച്ചു. അയാൾക്ക് രാജാധികാരം തലയ്ക്കുപിടിച്ചതാണെന്ന് പിന്നീടെ മനസ്സിലായുള്ളൂ!

ചെങ്കോൽ ഒരു ശീമക്കൊന്നക്കമ്പാണ്. അതിന്മേൽ വർണ്ണക്കടലാസ് ചുറ്റി ഗിൽറ്റിൽപൊടി വിതറിയതാണ്. അത് അയാളുടെ കൈയിൽത്തന്നെ ഇരുന്നാലും വലിയ അപകടം വരാനില്ല. പക്ഷേ, വാൾ അസ്സൽ വാളു തന്നെയാണ്. സ്ഥലത്തെ സ്ഥാനി മൂപ്പിൽനായർക്ക് ബ്രിട്ടീഷ് സർക്കാർ കൊടുത്ത വാളാണത്. തുരുമ്പ് പിടിച്ചതാണെങ്കിലും കനത്ത ഉരുപ്പടിയാണ്. പ്രയോഗിച്ചാൽ കാര്യമായി അപായം വരും!

കാരണവന്മാർ വട്ടംകൂടി പലതും പറഞ്ഞുനോക്കി. റിട്ടയേഡ് ഏഡ് ഇടിയൻ രാമൻനായർ വരെ ഇടപെട്ടു. നമ്മുടെ രാജാവ് അനങ്ങാൻ

കൂട്ടാക്കിയില്ല. 'ആരവിടെ! കല്യാണപ്പന്തൽ ഒരുക്കിവിൻ!' എന്ന് ഒരേ നിർബ്ബന്ധം!

ആരോ പറഞ്ഞു, പോസ്റ്റ് മാസ്റ്ററെ വിളിച്ചു കൊണ്ടുവന്നാൽ പരിഹാരമുണ്ടാകുമെന്ന്. അദ്ദേഹം വന്നിട്ടും മെച്ചമുണ്ടായില്ല. പക്ഷേ, അദ്ദേഹത്തിന് ഒരു ബുദ്ധി തോന്നി. 'അതാ വരുന്നു പോസ്റ്റൽ സ്പെക്ടറദ്ദേഹം!' എന്ന് പെട്ടെന്ന് വിളിച്ചു പറഞ്ഞു. അതോടെ വാളും ചെങ്കോലും താഴെയിട്ട് രാജാവ് ഓടി. കിരീടം വീണുപോയി.

ആളുകൾക്ക് ഏറെക്കാലം പറഞ്ഞു ചിരിക്കാൻ ഒരു കാര്യമായി. നാടകത്തേക്കാളേറെ രസകരമായിരുന്നു നാടകം കഴിയാനിരിക്കെ അരങ്ങേറിയ ഈ അപ്രതീക്ഷിതനാടകം.

ഡൽഹിയിൽ അടിയന്തരാവസ്ഥ അവസാനിച്ചിട്ടും നാട്ടിൽ *വീക്ഷണം* കക്ഷത്തുവെച്ച് നടക്കുന്ന പലർക്കും ഈ കഥ അറിയില്ലായിരുന്നു. രാജാ പാർട്ടുകളായിത്തന്നെ തുടർന്നും ജീവിക്കാൻ തുടങ്ങിയ അവർക്ക് പല അക്കിടികളും പറ്റി. 'അല്പന് അധികാരം കിട്ടിയാൽ അർദ്ധരാത്രിക്കും കുട പിടിക്കും' എന്നൊരു ചൊല്ല് നാട്ടിൽ പണ്ടേ പ്രചാരത്തിലുള്ളത് പാഴ്വാക്കല്ലെന്നു തെളിയുകയും ചെയ്തു.

ഇത്തരം പൊറാട്ട് നാടകങ്ങളിൽ പക്ഷേ, മനുഷ്യരായ നമുക്ക് കുറെ പാഠങ്ങൾ ഉണ്ടെന്ന് എനിക്ക് തോന്നി. അങ്ങനെയാണ് ഈ കഥയിലേക്ക് വഴി തെളിയുന്നത്. ആഖ്യാനം മിക്കവാറും യഥാതഥമാണ്. ആ ചെങ്കോലിന് മാന്ത്രികസ്വഭാവം നല്കിയതാണ് ആകെ വരുത്തിയ കാര്യമായ വ്യതിയാനം. വട്ടു പിടിച്ച രാജാ പാർട്ടിൽനിന്ന് ചെങ്കോൽ ബലമായി കൈയിലാക്കുന്ന ഓരോരുത്തനും മാറിമാറി സ്വയം രാജാവായി രൂപാന്തരപ്പെടുന്നു എന്ന മാറ്റം വന്നു. അപ്പോൾ ഈ നാടകം അവസാനിക്കാത്തതായിത്തീരുന്നു. മനുഷ്യൻ ഉള്ളിടത്തോളംകാലം ഈ നാടകം അവസാനിക്കുന്നില്ല! ചെങ്കോൽ എപ്പോഴും ആരുടെയെങ്കിലും കൈയിൽ ഉണ്ടായിരിക്കും. അത് കൈയിൽ കിട്ടുന്ന മുറയ്ക്ക് ഓരോരുത്തർക്കായി വട്ടു കയറും!

ഇത് പറയുമ്പോൾ എന്റെയും ഇതു വായിക്കുമ്പോൾ നിങ്ങളുടെയും മനസ്സിൽ നമ്മുടെയൊന്നും കൈയിൽ ചെങ്കോലുകൾ ഇല്ല എന്നൊരു തോന്നൽ ആവാം ഉണ്ടാകുന്നത്. അത് ശരിയല്ല. നമ്മുടെയെല്ലാം കൈയിൽ നമ്മുടേതായ ചെങ്കോലുകൾ ഉണ്ട്. ഭർത്താവ് എന്ന നിലയിൽ, അച്ഛൻ എന്ന നിലയിൽ, ഭാര്യ എന്ന നിലയിൽ, പഞ്ചായത്ത് മെമ്പർ എന്ന നിലയിൽ, അമ്പലപള്ളി കമ്മിറ്റി അംഗം എന്ന നിലയിൽ! മന്ത്രി, എം എൽ എ, മുഖ്യമന്ത്രി, പ്രധാനമന്ത്രി എന്നൊക്കെയുള്ള നിലകളിലും ചെങ്കോലുകൾ ഉണ്ട്. ഉള്ളത് നഷ്ടപ്പെടാതിരിക്കാനും പുതിയ കോലുകൾ കിട്ടാനുമായി നാം അശ്രാന്തപരിശ്രമം നടത്തുന്നു!

ആധുനിക കാലത്തെ ആർമിയും പുരാതനകാലം തൊട്ടേ ഉള്ള ജാതിമതവ്യത്യാസങ്ങളും നിലനില്ക്കുന്നത് ഈ ചെങ്കോലുകളുടെ അടിസ്ഥാനത്തിലാണ്. മരക്കോൽ, വെള്ളിക്കോൽ, സ്വർണ്ണക്കോൽ,

പ്ലാറ്റിനം കോൽ എന്നിങ്ങനെ കോലുകളുടെ മാഹാത്മ്യം മുകളിലേക്ക് പോകുന്തോറും വർദ്ധിച്ചുകൊണ്ടിരിക്കും. ഒരു കോലും അഥവാ കൈയിൽ ഇല്ലെങ്കിൽ വീട്ടിൽ ഒരു പട്ടിയേയോ പൂച്ചയേയോ എങ്കിലും വളർത്തി അതിനെ അനുസരിപ്പിക്കാനുള്ള ഒരു കോലെങ്കിലും കൈയിലെടുക്കും!

ഈ ചെങ്കോലാണ് ലോകത്ത് ഇന്നുവരെ ഉണ്ടായ എല്ലാ ദുരിതങ്ങൾക്കും കാരണം. ആർക്ക് ആരുടെ പുറത്ത് എന്ത് അധികാരമാണുള്ളത് എന്ന ചോദ്യംതന്നെയാണ് ഇതിഹാസങ്ങൾതൊട്ട് ഇന്നുവരെയുള്ള സാഹിത്യകൃതികളിൽ എല്ലാവരും ചോദിക്കുന്നത്. കോലുകളെ ചൊല്ലിയുള്ള കടിപിടിയിലൂടെ ഉണ്ടാകാവുന്ന ദുരന്തങ്ങളുടെ കാഴ്ചയാണ് കൃഷ്ണന്റെ മുഖത്തുള്ള അനുതാപാർദ്രമായ പുഞ്ചിരിക്ക് അടിസ്ഥാനം. വീണ്ടും അഗ്നിപരീക്ഷയ്ക്ക് വിധേയയാകണമെന്ന് രാമന്റെ ഉത്തരവ് കേട്ട സീതാദേവി 'എന്റെ അമ്മേ, എന്നെ കൊണ്ടുപോണേ!' എന്ന് തലയിൽ കൈവെച്ച് കരഞ്ഞു ഭൂമി പിളർന്ന് താഴ്ന്നു പോകുന്ന കാഴ്ച കണ്ടു വാല്മീകി മഹർഷിയും ഇതേ അനുകമ്പാർദ്രമായ ചിരിതന്നെ ചിരിക്കുന്നു. ആരുടെ കൈയിലും ഒരു കോലും ഇല്ലാത്ത അവസ്ഥയാണ് മാതൃകാപരമായ സുസ്ഥിതി എന്ന് എല്ലാ മഹർഷിമാരും പറയാതെ പറയുന്നു. അവിടേക്ക് എത്തുവോളം മനുഷ്യർക്ക് ഭൂമിയിൽ എന്നല്ല സ്വർഗ്ഗത്തിൽ പോയാലും ശാന്തിയും സമാധാനവും ഉണ്ടാവില്ല, തീർച്ച.

തീയും മനുഷ്യനും തമ്മിൽ

തീവിലയാണ് പാചകവാതകത്തിന്. എന്നിട്ട്, അടുപ്പത്ത് വെച്ചത് വേവിക്കുന്നതിനു പകരം ആ വാതകം അടുക്കളതന്നെ അഗ്നിക്കിരയാക്കാൻ പുറപ്പെട്ടാലോ!

ഇക്കഴിഞ്ഞ ദിവസം എന്റെ വീട്ടിൽ അരങ്ങേറിയത് ഇങ്ങനെയൊരു മഹാദുരന്തത്തിന്റെ മുന്നോടിയാണ്. ഇത് മറ്റെങ്ങും സംഭവിക്കാതിരിക്കാൻ മുൻകരുതൽ എടുക്കുക എന്നു സൂചിപ്പിക്കാനാണ് ഈ കുറിപ്പ്.

വൈകുന്നേരത്തെ കാപ്പിക്ക് വെള്ളം വെച്ചതാണ് ഭാര്യ. 'തീപ്പൊരിക്കൊള്ളി' എടുത്തു ഞെക്കിയതേ ഉള്ളൂ, ബർണറിൽ തീ എരിയുന്നതിന് പകരം സ്റ്റൗ മൊത്തമായാണ് കത്തിയത്!

നല്ല കാലത്തിന് ഉടുപ്പിലേക്കു പകർന്നില്ല. പക്ഷേ, അടുത്തനിമിഷത്തിൽ തീ ഒരാൾ പൊക്കത്തിൽ ആളിക്കത്താൻ തുടങ്ങി. പേടിച്ചരണ്ട് നിലവിളിച്ച് അവൾ ഓടി വന്ന് എന്നെ വീടിനു പുറത്തേക്ക് പിടിച്ചു വലിച്ചു കൊണ്ടുപോകാൻ വെപ്രാളം! വീട് കത്താൻ പോകുന്നു എന്ന പേടിയലാണിത് എന്ന് എനിക്ക് മനസ്സിലായുമില്ല.

അടുക്കളയിലെ സ്ഥിതി കണ്ടപ്പോൾ വീട് കത്തിപ്പോകുമെന്ന് എനിക്കും തീർച്ചയായി. തീ നിമിഷം പ്രതി വളരുകയാണ്. തീയണയ്ക്കാനുള്ള യന്ത്ര ഉപാധികൾ ഒന്നും നമ്മുടെ വീടുകളിൽ ഇല്ലല്ലോ. വിളിച്ചു പറഞ്ഞ് തിരൂരിൽനിന്നോ പൊന്നാനിയിൽനിന്നോ വല്ല എൻജിനും വരുന്നതിനു മുൻപ് വീട് തീർച്ചയായും കത്തി അമർന്നിരിക്കും!

ഭീകരമായ തീനാളം കണ്ടും ഞങ്ങളുടെ ബഹളം കേട്ടും പുറത്തുനിന്ന് ആളുകൾ ഓടി വന്നു. വീടിനു തൊട്ടു മുന്നിൽ ഒരു ഓട്ടോ സ്റ്റാൻഡ് ഉണ്ട്. അവിടത്തെ ചെറുപ്പക്കാർ കൂട്ടമായി ഓടിയെത്തി. അടുക്കാനാവാതെ മാറിനിന്ന അവരുടെ ഇടയിൽനിന്ന് ഒരാൾ മുന്നോട്ടു നീങ്ങി അടുക്കളയിലേക്ക് കടന്നു.

എന്ത് ചെയ്യാനാണ് പോകുന്നത് എന്ന് എനിക്ക് മനസ്സിലായില്ല. വാതക സിലിണ്ടർ ഏതുനിമിഷവും പൊട്ടിത്തെറിക്കാം.

കുവൈറ്റിലും ഇറാക്കിലും ഒക്കെ എണ്ണക്കിണറുകൾ കത്തുന്നതും തീ അണയ്ക്കുന്നതുമൊക്കെ ടെലിവിഷനിൽ കണ്ട പരിചയം വെച്ച് അങ്ങനെ വല്ലതും ചെയ്യാനാവും എന്ന് വിചാരിച്ചു. പക്ഷേ, എന്തുപയോഗിച്ച്? വലയിട്ടു മൂടിയ കിണറ്റിൽനിന്ന് വെള്ളം മുക്കാൻ ഒരു ബക്കറ്റ് പോലും വീട്ടിൽ കരുതിയിട്ടില്ല!

അയാളുടെ ജീവൻ അപകടത്തിലാവുന്നത് ഭയന്ന് കണ്ണടച്ച് നില്ക്കുന്ന എന്നെ ആരോ തോണ്ടി വിളിച്ചു പറഞ്ഞു തീ അണഞ്ഞു എന്ന്! വിശ്വസിക്കാനാവാതെ കണ്ണു തുറന്നപ്പോൾ അണിഞ്ഞിരിക്കുന്നു! ഇന്ദ്രജാലം പോലെ തോന്നി.

തന്റെയും രണ്ടുമൂന്നു കൂട്ടുകാരുടെയും ഉടുതുണി അഴിച്ചു മടക്കി കട്ടിക്കമ്പളമാക്കി സ്റ്റവ്വ് മൂടുകയാണ് അയാൾ ചെയ്തത്. അതും, ഏറെ പഠിപ്പോ പാസ്സോ ഒന്നുമില്ലാത്ത ഒരു ഉൾനാടൻ!

ഇത് എന്റെ നാടും എന്റെ ആളുകളും ഈ സംഭവം ഇങ്ങനെ ഒരു ജനസമൃദ്ധമായ ജങ്ഷനിലും ആയതുകൊണ്ടാണ് ഇത് സാധിച്ചത്. ഓടിവരാൻ ആൾ ഉണ്ടാവുക, വരുന്നവർക്ക് സ്നേഹം ഉണ്ടാവുക, കൂടെ ധൈര്യവും ഉണ്ടാവുക എന്നത് അപൂർവ്വ ഭാഗ്യംതന്നെ.

ഇത് മലപ്പുറം ജില്ലയാണ്. ഇവിടെ ഇങ്ങനെയാണ്. കത്തുന്നത് അമ്പലമായാലും പള്ളി ആയാലും അടുക്കള ആയാലും മറ്റൊന്നും നോക്കാതെ ഓടിവരാൻ ചെറുപ്പക്കാർ തയ്യാർ. സ്വന്തം ജീവൻ പണയപ്പെടുത്തിപ്പോലും വേണ്ടത് ചെയ്യാനും തയ്യാർ. ഇവിടെ ഇപ്പോഴും മനുഷ്യ പ്രാണൻ ജാതി മതരഹിതമാണ്.

ഗ്യാസിന്റെ റെഗുലേറ്ററും അതിലേക്ക് നയിക്കുന്ന ട്യൂബും ഒക്കെ പരിശോധിച്ചിട്ട് വർഷങ്ങളായിരുന്നു. അത് ചെയ്യേണ്ടവർ ആരും വരികയോ വിളിച്ചാൽ മറുപടി പോലും തരികയോ പതിവില്ല. കുഴപ്പം ഒന്നും ഉണ്ടാവില്ല എന്ന് മൂഢമായ വിശ്വാസത്തിൽ ഞങ്ങളിരുന്നു.

ഇത്ര വലിയ ഒരു മാരണമാണ് ഇത്ര ചെറിയ ഒരു കുറ്റിക്കകത്ത് ഇരിക്കുന്നത് എന്ന് കണ്ടതേയില്ല. അടുക്കളയിലെ ഗ്യാസും അതിന്റെ ബാക്കിയുള്ള ഉപാധികളുമൊക്കെ കൃത്യമായ ഇടവേളകളിൽ പരിശോധിപ്പിക്കുക. ജീവന്മരണ പ്രശ്നമാണ്. ജീവൻ ഉണ്ടെങ്കിലല്ലേ അടുക്കളയും ഭക്ഷണവും ഒക്കെ വേണ്ടൂ!

അനുഗ്രഹദിനം*

അനാദിയായ ഗുരുപരമ്പരയ്ക്ക് പ്രണാമം.

മലയാളഭാഷയുടെ പിതാവും കേരളീയനവോത്ഥാനത്തിന്റെ പ്രഭവസ്ഥാനവുമായ മഹാമാതുലന് സർവ്വാർപ്പണ നമസ്കാരം.

കേരളത്തിന്റെ ബഹുമാനപ്പെട്ട ഗവർണർ, തുഞ്ചത്തെഴുത്തച്ഛൻ മലയാള സർവ്വകലാശാലയുടെ സമാദരണീയനായ വൈസ് ചാൻസലർ, എന്നോടൊപ്പം ഈ ബിരുദം സ്വീകരിക്കുന്ന സുഹൃത് ജനങ്ങൾ, സർവ്വകലാശാലയുടെ ആദരണീയരായ ഭരണസമിതി അംഗങ്ങൾ, സമാരാദ്ധ്യമായ ഗുരുകുലം, പ്രിയപ്പെട്ട നാട്ടുകാർ, നാളെയുടെ പ്രതീക്ഷകളായ വിദ്യാർത്ഥിവിദ്യാർത്ഥിനികൾ എല്ലാവർക്കും ആത്മാർത്ഥമായ അഭിവാദനങ്ങൾ.

മഹാകവികൾ അക്കിത്തവും സുഗതകുമാരിയമ്മയും വിഷ്ണുനാരായണൻ നമ്പൂതിരിയും, അവർ എന്നിൽ വർഷിച്ച സ്നേഹത്തിന്റെ പേരിൽ, ഈ വേളയിൽ ഞാൻ നടത്തുന്ന ശുദ്ധമായ ശ്രദ്ധാർപ്പണം കൈക്കൊള്ളുമാറാകട്ടെ.

എനിക്ക് ഇത് ഒരു അനുഗ്രഹ നിമിഷമാണ്. ഞാൻ ഏതൊരു മലയാള അക്ഷരം കുറിക്കുമ്പോഴും ആരെയാണോ ആദ്യം ഓർക്കാറുള്ളത് ആ മഹാസാന്നിദ്ധ്യം എന്റെ നെറുകയിൽ കൈ വെച്ച് നീ ചെയ്തത് നന്നായി എന്നു പറയുന്നതായി അനുഭവപ്പെടുന്നു. ചാരിതാർത്ഥ്യദായകമായ ഈ അപൂർവ്വ അവസരം ഉണ്ടാക്കിത്തന്ന എല്ലാ ഉദാരമനസ്സുകളോടും ഞാൻ അകമഴിഞ്ഞ് നന്ദി ഉരുവിടുന്നു.

സത്യത്തിൽ അതിനുംമുൻപേ തന്നെ തുടങ്ങാനുണ്ട് കൃതജ്ഞതയുടെ നാൾവഴി. ഭാഷാപിതാവിന്റെ പേരിൽ ഇവിടെ ഒരു സർവ്വകലാ

---

* മലയാളം സർവ്വകലാശാലയുടെ ഡിലിറ്റ് ബിരുദം സ്വീകരിച്ചുകൊണ്ട് പറഞ്ഞ വാക്കുകൾ

ശാല മലയാളഭാഷയ്ക്ക് വേണ്ടി ഉണ്ടാകണമെന്ന് ആരാണോ ആദ്യമായി ആഗ്രഹിച്ചത് ആ വലിയ മനസ്സിന് നമസ്കാരം.

അതൊരു ശരിയായ ആഗ്രഹം ആണെന്ന് തോന്നിയ ഭരണകർത്താക്കൾ ആരെല്ലാമാണോ അവർക്കൊക്കെയും തുടർന്ന് നമസ്കാരം. ആ തീരുമാനം നടപ്പിലാക്കാൻ മുന്നിട്ടിറങ്ങിയവർക്ക് അനുമോദനത്തിന്റെ പൂച്ചെണ്ടുകൾ.

ശൂന്യതയിൽ ഒരു സർവ്വകലാശാല നട്ടുവളർത്തി ആളുയരം വരെ ശുശ്രൂഷ ചെയ്തു കാത്ത ശ്രീ. കെ ജയകുമാർ ഐ എ എസിനെ സ്തുതിക്കാതെ വയ്യ. അദ്ദേഹത്തിന് പിന്നാലെ ആ ചുമതല ഒരു ഭഗീരഥ പ്രയത്നമായി ഏറ്റെടുത്തു മുന്നോട്ടുകൊണ്ടുപോകാൻ അത്രതന്നെ നിശ്ചയ ബുദ്ധിയോടെ അശ്രാന്തം പ്രവർത്തിച്ചുകൊണ്ടിരിക്കുന്ന ഉത്സാഹശാലിയായ ഡോ. അനിൽ വള്ളത്തോളിനെയും സഹപ്രവർത്തകരെയും അതിലേറെയും അഭിനന്ദിച്ചേ തീരൂ.

കഥ പറഞ്ഞേ എനിക്കു ശീലമുള്ളൂ. അതുകൊണ്ട് ഒരു ചെറിയ കഥ കൂടി പറയാം. പണ്ടൊരു രാജാവിന്റെ അരമനയിൽ അല്പം കൈപ്പുണ്യം ഉള്ള ഒരു പാചകക്കാരൻ ഉണ്ടായിരുന്നു. അതിനാൽ അരമനയിലെ ഭക്ഷണത്തിന്റെ രുചി പ്രസിദ്ധമായി. അതിന്റെ പേരിലും രാജാവിന് അല്പം യശസ്സുണ്ടായി. അത്രയുമല്ല, രുചിരഹസ്യത്തെക്കുറിച്ച് ഔപചാരികമായി ഗവേഷണങ്ങൾ നടക്കുകയും ആ ഗവേഷകർക്ക് ഉയർന്ന ബിരുദങ്ങളൊക്കെ നല്കപ്പെടുകയും ചെയ്തു. പക്ഷേ, ഇതിനൊക്കെ കാരണക്കാരനായ ആ അടുക്കളക്കാരനെപ്പറ്റി ആരും ഓർത്തില്ല.

അങ്ങനെയിരിക്കെ ഒരു സുപ്രഭാതത്തിൽ കൊട്ടാരം വിദൂഷകരിൽ ഒരാൾ രാജാവിനോട് പറയുന്നു, മഹാരാജൻ, വിഭവങ്ങളിൽ രുചിയുണ്ടാവുന്നത് ഫലിതങ്ങളിൽ നർമ്മമുണ്ടാകുന്നതുപോലെ പ്രധാനവും പ്രയാസവും ആണെന്ന്. രാജാവ് ഒരു വെളിപാടുണ്ടായിട്ടെന്നപോലെ പാചകക്കാരനെ വിളിച്ചുവരുത്തി അന്നാദ്യമായി പറയുന്നു, നിങ്ങൾ ഏതാണ്ടൊക്കെ നന്നായി ചെയ്യുന്നു എന്ന്.

എന്നെ സംബന്ധിച്ചിടത്തോളം ആ അപൂർവ്വ ദിവസമാണ് ഇന്ന്. ഇപ്പോഴും ഇക്കാര്യം ആരും പറഞ്ഞില്ലെങ്കിലും ഒരു പരാതിയും എനിക്ക് ഉണ്ടാകുമായിരുന്നില്ല. പറയപ്പെട്ടതുകൊണ്ട് എന്റെ പാചകപരിശ്രമത്തിൽ ഒരു വ്യത്യാസവും വരാനും പോകുന്നില്ല. പക്ഷേ, അടുക്കളയിലെ പ്രയാസങ്ങൾ വെറുതെയായില്ല എന്നറിയുന്നത് ഏതു പാചകക്കാരനും സന്തോഷം തന്നെ!

ഒരു സങ്കടം ഉള്ളതുകൂടി പറയട്ടെ. കഥകളി പഠിച്ചവരുടെ ഗതി ആണ് മലയാളഭാഷ പഠിക്കുന്നവർക്ക് ഇപ്പോഴും. കളിക്കാൻ അരങ്ങില്ല, കളി അല്ലാതെ വേറൊന്നും അറിയുകയുമില്ല. വേണമെങ്കിൽ കൂടുതൽ ആളുകളെ ഇതേ ഗതികേടിൽ ആക്കാൻ ഒരു ആശാനായി പ്രവർത്തിക്കാനുള്ള അവസരം ഉണ്ട്. അതും നന്നേ കുറച്ചുപേർക്ക് മാത്രം.

കേരളീയജീവിതത്തിലെ എല്ലാ തുറകളിലും മലയാളം ആശയ

വിനിമയ മാധ്യമം ആയി മാറുന്ന ഒരു നല്ല കാലം ഞാൻ സ്വപ്നം കാണുന്നു. എന്റെ ഭാഷയ്ക്ക് അതിനുള്ള കഴിവുണ്ട്. കാര്യങ്ങൾ നിശ്ച യിക്കുന്നവർക്ക് അതിനുള്ള കല്പന പുറപ്പെടുവിക്കാൻ ധൈര്യം മാത്ര മാണ് ഇനിയെങ്കിലും ഉണ്ടാകേണ്ടത്. അതിനു മതിയായ ഇച്ഛാശക്തി അവർക്ക് കൈവരട്ടെ.

അത്രയുമൊന്നും പെട്ടെന്ന് ഉണ്ടായില്ലെങ്കിലും മലയാളക്കരയിലെ കുട്ടികളെ മലയാള അക്ഷരം പഠിപ്പിക്കാൻ ശ്രമം ഉണ്ടായാൽ നന്നായി. ഒരു പന്തീരാണ്ടായി കേരളത്തിലെ ഒരു സ്കൂളിലും, മലയാളം പഠനമാ ധ്യമമായുള്ള സ്കൂളുകളിൽപോലും, അക്ഷരമാല ഉച്ചരിക്കാനും എഴു താനും പഠിപ്പിക്കാനുള്ള പാഠം ഇല്ല!

എന്നെ അനുഗ്രഹിച്ചവരോട് ഒരിക്കൽക്കൂടി നന്ദി പറയുകയും എന്റെ കൂടെ ഈ ബിരുദത്തിന് അർഹരായവരെ ഹൃദ്യമായി അഭിനന്ദിക്കുകയും ചെയ്യുന്നു.

നന്ദി, നമസ്കാരം.

അറിവ് കച്ചവടമാകുമ്പോൾ

അറിവ് മനുഷ്യന്റെ കുത്തകയാണെന്നാണ് നമ്മുടെ തെറ്റായ ധാരണ. പക്ഷേ, അറിവ് ജീവന്റെ ഭാഗമാണ്, എല്ലാ ജീവികൾക്കും അതുണ്ട്. പക്ഷേ, അതു ഏറെ വികസിച്ചു കിട്ടാൻ ഭാഗ്യമുണ്ടായ ഏക ജീവി മനുഷ്യനാണ്, അത് കച്ചവടം ചെയ്യുന്ന ഏക ജീവിയും മനുഷ്യനാണ്. ആധുനികകാല ജീവിതത്തിന്റെ വരവോടെയാണ് ഇത് എല്ലാ അതിരുകളും കടക്കുന്നത്. വന്നുവന്ന് ഇത് തീർത്തും വ്യവസ്ഥാപിതമായിരിക്കുന്നു. അറിവിന്റെ കുറ്റകരമായ നിഷേധവും ദുരുപയോഗവും ആണ് ഫലം.

എങ്ങനെയൊക്കെ എന്ന് കാണാൻ വിഷമമില്ല. മനുഷ്യർക്ക് രണ്ടു തരം അറിവുകൾ ഉണ്ട്. ആശയതലത്തിലും പ്രയോഗതലത്തിലും. കടലിലൂടെ തോണി ഓടിച്ചുപോകുന്ന ആളെ നോക്കുക. നക്ഷത്രം നോക്കി സമയവും ദിശയും നിശ്ചയിക്കാനുള്ള പാടവം അയാൾക്ക് ആവശ്യമാണ്. ഇത് ഭാവനയിലാണ് ഉടലെടുക്കുന്നതും നട്ടുവളർത്തപ്പെടുന്നതും. ഇതേസമയം ഈ തോണി കൊണ്ടുനടക്കാനും തുഴയാനും കേടുവന്നാൽ നേരെയാക്കാനും ഒക്കെയുള്ള പ്രായോഗികകഴിവും ആവശ്യമാണ്. ഇത് നിരീക്ഷണത്തിലൂടെയും പരീക്ഷണത്തിലൂടെയും പരിശീലനത്തിലൂടെയും നേടുന്നു. രണ്ടുതരം അറിവും സമഞ്ജസമായി ചേരുമ്പോഴാണ് തോണി ഉദ്ദേശിച്ച കടവിൽ അടുക്കുന്നത്. ഏതെങ്കിലുമൊന്നിൽ പോരായ്മയോ താളപ്പിഴയോ വന്നാൽ നടുക്കടലിൽ നട്ടംതിരിഞ്ഞ് ഒടുങ്ങേണ്ടി വരും.

രണ്ടുതരം അറിവുകളും സുഗമമായും സുഖമായും നേടാനുള്ള അവസരമാണ് സമുദായം ഓരോ പിറവിക്കും നല്കേണ്ടത്. ഇതിനെയാണ് വിദ്യാഭ്യാസം എന്ന് പണ്ടുള്ളവർ പറഞ്ഞിരുന്നത്.

ഇപ്പോഴത്തെ വിദ്യാഭ്യാസം ലോകത്ത് രണ്ടു വലിയ പിശകുകൾ സംഭവിപ്പിച്ചു. ഒന്ന്, ആശയപരമായ വളർച്ച തീർത്തും അവഗണിക്കപ്പെടുന്നു. ലോകവീക്ഷണം ഉരുത്തിരിയാനുള്ള അറിവ് തൊട്ട് സ്വന്തം തൊഴിലിലെ സാങ്കേതികത അല്ലാതെയുള്ള അറിവുകളുംകൂടി ഈ ഗണത്തിൽ പെടുന്നു. ഉദാഹരണം ഒരു എഞ്ചിനീയർക്ക് ഈ കാലത്ത് എന്താണ് ഈശ്വരൻ എന്നോ പ്രപഞ്ചം എന്നോ അറിഞ്ഞുകൂടാ, അത്രയുമല്ല താൻ പഠിച്ച എഞ്ചിനീയറിങ്ങിന്റെ സൈദ്ധാന്തിക വശം മിക്കവാറും അറിഞ്ഞുകൂടാ. കാരണം സാങ്കേതിക ശാസ്ത്രം മാത്രമാണ്, ശാസ്ത്രം അല്ല, പഠിക്കുന്നത്.

രണ്ടുതരത്തിലും അപര്യാപ്തമായ ഈ വിദ്യാഭ്യാസം സമതുലനമില്ലാത്ത മനസ്സിന്റെ ഉടമകളെയും കാര്യമറിയാതെ പണിയുന്ന ആളുകളെയും സൃഷ്ടിക്കുന്നു. സമാധാനപരമായി നിലനില്ക്കാൻപോലും, അതുകൊണ്ടുതന്നെ, ഈ കൂട്ടർക്ക് സാധിക്കുന്നില്ല. ദുഃഖകരമാണ് ഈ അവസ്ഥ.

മറ്റൊരു വശത്ത് അറിവ് പൂഴ്ത്തിവയ്ക്കപ്പെടുന്ന സ്ഥിതിയുമുണ്ട്. ഉദാഹരണത്തിന് ഒരു പ്രത്യേക ഔഷധം കണ്ടുപിടിക്കപ്പെടുന്നു എന്നിരിക്കട്ടെ. നിലവിലുള്ള ഔഷധത്തിന്റെ നിർമ്മാണത്തിലും വിതരണത്തിലും അതിന്റെ ബ്രാൻഡ് വളർത്തിക്കൊണ്ടുവരുന്നതിലുമായി ഒരുപാട് ധനം ചെലവഴിച്ച കമ്പനികൾ പുതിയ അറിവ് വാങ്ങി പൂഴ്ത്തി വയ്ക്കുന്നു. പകരമൊരു ഔഷധം ഒരിക്കലും നിർമ്മിക്കപ്പെടാതെ കഴിച്ചുകൂട്ടുന്നു. കാരണം അതാണ് അവർക്ക് ലാഭം!

വിദ്യാഭ്യാസം പരിഷ്കരിക്കാൻ ഒരുപാടായി ശ്രമം. പക്ഷേ, കാര്യം നടക്കുന്നില്ല. കാരണം, വിദ്യാഭ്യാസം വ്യവസ്ഥിതിയുടെ അവിഭാജ്യ ഭാഗമാണ്. നമ്മുടെ വ്യവസ്ഥിതി കച്ചവടത്തിൽ അധിഷ്ഠിതമാണ്. ഇത്തരം കച്ചവടവും യഥാർത്ഥ വിദ്യാഭ്യാസവുമായി പൊരുത്തപ്പെട്ട് പോകില്ല!!

ഇതിന്റെ കൂടെയാണ് അറിവ് വിവേകത്തിലേക്ക് നയിക്കാത്തതുകൊണ്ടുള്ള എല്ലാ വിഷമങ്ങളും. മൂല്യങ്ങളെല്ലാം തകർന്നു പോകുന്നത് ഇതുകൊണ്ടാണ്. ഇതിനൊക്കെ എന്താണ് പരിഹാരം എന്ന് നമുക്ക് കൂട്ടായി ആലോചിക്കുക. ആ ആലോചന ഈ ലോകത്ത് പലരും തുടങ്ങിവച്ചിട്ടുണ്ട്. അത് വിജയിക്കട്ടെ.

കൃഷിഭൂമിയുടെ യഥാർത്ഥ അവകാശികൾ

കൃഷിക്കാരുടെ വീട്ടിലാണ് ഞാൻ ജനിച്ചത്. കുട്ടിയായിരിക്കെ തന്നെ വയലിൽ പോകുമായിരുന്നു. ഒന്നും രണ്ടും ഏക്കർ വീതം തുണ്ടു തുണ്ടായി കിടന്ന ഭൂമിയിൽ ആയിരുന്നു നെൽകൃഷി. ഓരോ തുണ്ടു ഭൂമിക്കും ഓരോ പേരുണ്ടായിരുന്നു. അവിൽനിലം, മലർനിലം, തിരുവത്താഴനിലം എന്നിങ്ങനെ.

ഓരോ തുണ്ട് ഭൂമിയും ആരോ പണ്ട് ആർക്കോ എന്തോ കരാറിന്മേൽ നല്കിയതായിരുന്നു. തെളിവ് എന്തെന്നാൽ ഓരോ വിളയിലും ഓരോ തുണ്ടിൽനിന്നും ഒരു പങ്ക് മറ്റൊരാൾക്ക് ഉണ്ടായിരുന്നു. കൃഷി ചെയ്ത ആൾ വിള കൊയ്തെടുക്കുമ്പോൾ അതവിടെ വകഞ്ഞുമാറ്റി ഇടും.

ആ പങ്ക് കൊയ്തെടുക്കാൻ എങ്ങുനിന്നോ സ്ഥിരമായി വരുന്നത് ആദിവാസികളായിരുന്നു. ദൃഷ്ടിയിൽ പെട്ടാൽപോലും അയിത്തം ഉള്ളവർ!

പിന്നെപ്പിന്നെ വകഞ്ഞുമാറ്റി ഇടുന്ന പങ്ക് കുറഞ്ഞു വന്നു, അവസാനം തീരെ ഇല്ലാതായി. ഇല്ലാതായതുകൊണ്ടാവാം കൊയ്തെടുക്കാൻ വരുന്നവർ വരാതെയുമായി.

ഇവരുടെ പൂർവ്വീകരായിരുന്നു ഈ ഭൂമി കൊത്തിയും കിളച്ചും ഉണ്ടാക്കിയത് എന്നതിന് തർക്കമില്ല. അവരെങ്ങനെയാണ് മലകയറി എവിടെയോ പോയി മറഞ്ഞത് എന്ന് മാത്രമാണ് അറിയാത്തത്. സ്വയമേവ ഒഴിഞ്ഞുപോയി എന്നു കരുതാൻ ഒരു ന്യായവുമില്ല. എന്തു സംഭവിച്ചു എന്നറിയാൻ ചരിത്രരേഖകളും ഇല്ല.

ഒന്നു മാത്രമേ നമുക്കറിയൂ: ഇവരെ ഇന്ന് നാം ആദിവാസികൾ എന്ന് വിളിക്കുന്നു. ഇവരെ സംരക്ഷിക്കേണ്ടത് നമ്മുടെ കടമയാണ് എന്ന് പറയുന്നു. അതിലേക്കായി കോടികൾ നീക്കിവയ്ക്കുന്നു.

പക്ഷേ, ഈ കോടികൾ ഒന്നും അവിടെ എത്തുന്നില്ല എന്ന് മാത്രമല്ല അവർ കാടുകൊണ്ടാണ് ജീവിച്ചിരുന്നത് എന്നുപോലും ഓർക്കാതെ അവരെ ആ കാട്ടിൽത്തന്നെ നാം സംരക്ഷണനാട്യത്തോടെ അന്യരാക്കിയിരിക്കുന്നു. എന്നുവെച്ചാൽ പത്തു സെന്റിൽ വളച്ചുകെട്ടി കാട്ടിനു പുറത്താക്കിയിരിക്കുന്നു എന്നർത്ഥം. കാട്ടിൽ തങ്ങളുടെ പങ്ക് അടയാളപ്പെടുത്താൻ അവർക്ക് ആവില്ലല്ലോ.

സ്വാതന്ത്ര്യം കിട്ടിയിട്ട് ഇത്ര വർഷങ്ങളായി. അവർ ഏറ്റുവാങ്ങിക്കൊണ്ടിരിക്കുന്നത് കൂടുതൽ കൂടുതൽ അസ്വാതന്ത്ര്യങ്ങൾ ആണ്. ഇനി ഒന്നേ സമാധാനിക്കാൻ ഉള്ളു: ഇവരുടെ മുറവിളികൾ ഇനി ഏറെക്കാലം ഉണ്ടാവില്ല. രോഗംകൊണ്ടും പട്ടിണികൊണ്ടും ഇവർ മരിച്ചുകൊണ്ടിരിക്കുന്നു. നമ്മൾ തല്ലിക്കൊന്നും ഇല്ലാതാക്കുന്നുണ്ട്. കള്ളും കഞ്ചാവും അനാഥഗർഭവും സമ്മാനമായി നല്കി നശിപ്പിക്കപ്പെടുന്നവരും ധാരാളം.

വിലാപം മാത്രമേയുള്ളൂ ധർമ്മം എന്നാണ് മിക്ക എൻ ജി ഒകളും കരുതുന്നത്. വിലാപം ലാഭകരമായ വില്പനച്ചരക്കാണല്ലോ പലപ്പോഴും. പക്ഷേ, ആരെക്കുറിച്ചാണോ ഈ വിലപിക്കുന്നത് അവർക്കിപ്പോൾ നിലവിളിക്കാൻ ഒരു ശബ്ദംപോലും ഇല്ല. ഒഴുക്കാൻ ഇനി കണ്ണുനീരും ഇല്ല. കുറച്ചുകൂടി കഴിയുമ്പോൾ അവരേ ഇല്ല എന്നു വരും. അപ്പോൾ നമുക്ക് അവിടെ ടൂറിസ്റ്റുകൾക്കായി ഇങ്ങനെ ഒരു ബോർഡ് വയ്ക്കാം: ഇതാ ഇവിടെ ഞങ്ങൾ ഒരു നൂറ്റാണ്ടുകൊണ്ട് വിജയകരമായി സംരക്ഷിച്ച ആദിവാസികൾ ഉണ്ടായിരുന്നു!

ഒരേ ഒരാൾ

മലയാളഭാഷയിലെ സാഹിത്യ വിമർശനരംഗത്ത് സ്വന്തമായ മഹാസാമ്രാജ്യം സൃഷ്ടിച്ച് ഒരു വിട്ടുവീഴ്ചയും കൂടാതെ ഭരിച്ചു ജീവിച്ചു മരിച്ച ഒരാളേ ഉണ്ടായിട്ടുള്ളൂ: പ്രൊഫസർ ജോസഫ് മുണ്ടശ്ശേരി. മറ്റുള്ളവരൊക്കെ ഉപദേഷ്ടാക്കളും വിചാരക്കാരും മാത്രമായിരുന്നുവെങ്കിൽ ഇദ്ദേഹം ദണ്ഡനീതി നടപ്പിലാക്കി, ശത്രുസംഹാരവും സാമ്രാജ്യ വികസനവും പതിവാക്കി.

അറിവുകൊണ്ട് സമശീർഷർ എന്നല്ല അല്പം മുന്നോക്കക്കാർ പോലും ആയിരുന്ന മറ്റു രണ്ടുപേരുടെ സമകാലികനായിരുന്നു ഇദ്ദേഹം. പ്രൊഫസർ എം പി പോളിന് വൈദേശിക സാഹിത്യശാസ്ത്രത്തിലും കുട്ടികൃഷ്ണമാരാർക്ക് ഭാരതീയസാഹിത്യമീമാംസയിലും ഒട്ടും കുറവായിരുന്നില്ല അവഗാഹമെന്ന് തീർച്ചയാണ്. പക്ഷേ, കാലികപ്രസക്തി ഉപയോഗിച്ച് ഇവിടത്തെ ദിശാമുഖം എന്താകണമെന്ന് തീരുമാനിച്ചത് ഇദ്ദേഹമാണ്. എഴുത്തുകാരന് താൻ ജീവിക്കുന്ന കാലത്തെ പ്രസക്തിയേ ഉള്ളൂ എന്ന് സിദ്ധാന്തിച്ചതും ഇദ്ദേഹം.

വിയർപ്പിന്റെ ചൂരുള്ള മനുഷ്യൻ എന്ന യാഥാർത്ഥ്യം ഒരു യാഗാശ്വത്തെപോലെ കേരളത്തിന്റെ സാംസ്കാരിക അവബോധത്തിൽ ജൈത്രയാത്ര നടത്താൻ ഇടയാക്കിയതും മറ്റാരുമല്ല. പ്രൊഫസർ എം പി പോൾ പാശ്ചാത്യമായ ക്ലാസിക്കൽ വിമർശന പദ്ധതിയിലും കുട്ടികൃഷ്ണമാരാർ ഭാരതീയമായ സൗന്ദര്യശാസ്ത്ര അടിത്തറയിലും നിലയുറപ്പിച്ചു. ലോകം പക്ഷേ, മനുഷ്യസമത്വത്തിന്റെ വിജയഗാഥ ആലപിക്കാൻ തുടങ്ങുകയായിരുന്നു. 'മാവേലി നാടുവാണീടും കാലം' എന്ന് പാടി ശീലിച്ച കേരളത്തിൽ ഈ പച്ചയായ ജീവരാഗത്തിന് പ്രത്യേക പ്രസക്തിയും ഉണ്ടായി. സാഹിത്യപ്പറയന്മാരെന്ന് സ്വയം പ്രഖ്യാപിച്ചവരുടെ കാലം പിറന്നുകഴിഞ്ഞിരുന്നു.

കിഴക്കിന്റെയും പടിഞ്ഞാറിന്റെയും പാരമ്പര്യം ഒരുപോലെ തിരിച്ചറിയാൻ കഴിഞ്ഞ ആളായതുകൊണ്ട് രണ്ടിൽനിന്നും പുതിയ കാഴ്ചപ്പാടിന് പിൻബലം സമാഹരിക്കാൻ മുണ്ടശ്ശേരി മാസ്റ്റർക്ക് പ്രയാസമുണ്ടായില്ല. അങ്ങനെ, മലയാളഭാഷയിൽ സാഹിത്യനിരൂപണത്തിന്റെ ഗതിക്ക് ഒരു നൂറ്റാണ്ടുകാലം ചുക്കാൻ പിടിക്കാൻ അദ്ദേഹത്തിന് സാധിച്ചു.

അല്പം ആക്ഷേപഹാസ്യ വഴക്കം മാരാർക്കും കുലീനമായ സംസ്കൃതിയുടെ പുഞ്ചിരി പോൾസാറിനും ആയുധങ്ങളായപ്പോൾ കുന്തവും വടിവാളും പീരങ്കിയുംതന്നെയാണ് മുണ്ടശ്ശേരിയുടെ ആയുധങ്ങളായത്. എട്ടുദിക്കും മുഴങ്ങുന്ന പൊടിപൂരം ആയിരുന്നു ആ മഹായുദ്ധം. ഈ ഭീഷ്മപിതാമഹന്റെ സാന്നിദ്ധ്യം കൊണ്ട് മാത്രമാണ് കഥയിൽ വർക്കിയും തകഴിയും ദേവും കവിതയിൽ ചങ്ങമ്പുഴ, വയലാർ, ഭാസ്കരൻ ത്രയവും രംഗവേദിയിൽ കാൽ ഉറച്ചുനില്ക്കാൻ പ്രാപ്തരായത്. വൈലോപ്പിള്ളിയും ഇടശ്ശേരിയും വരെ പാഥേയം സ്വീകരിച്ചതും ഇദ്ദേഹത്തിൽനിന്നുതന്നെ.

ആധുനികതമുതല്ക്കുള്ള പുതു പ്രസ്ഥാനങ്ങൾപോലും ഇദ്ദേഹത്തോട് ഏറ്റുമുട്ടി വളരെക്കാലം ശ്വാസം മുട്ടിയതായി നമുക്ക് കാണാം. പ്രൊഫസർ സുകുമാർ അഴീക്കോടിന്റെ സാഗരഗർജ്ജനംവരെ, നന്നായൊന്നു മുറുക്കി എഴുന്നേറ്റുനിന്ന് മുണ്ടും മുറുക്കിക്കുത്തിയാൽ ഏതാനും നിമിഷംകൊണ്ട് നിർജ്ജീവമാക്കാൻ അദ്ദേഹത്തിന് കഴിഞ്ഞു.

തുടർന്നുവന്ന പതിറ്റാണ്ടുകളിൽ കേരളത്തിലെ സാംസ്കാരിക വസന്തത്തിലെ നിറച്ചേരുവ നിശ്ചയിച്ച പുരോഗമന സാഹിത്യ പ്രസ്ഥാനത്തിന്റെ തലതൊട്ടപ്പനുമായിരുന്നല്ലോ ഇദ്ദേഹം.

ആ സമീപനം എരിവുള്ളതും രജോഗുണപ്രധാനവുമായിരുന്നു. വിട്ടുവീഴ്ചയില്ലായ്മയായിരുന്നു അതിന്റെ മുഖമുദ്ര. അത് മലയാള സാഹിത്യ വിമർശനരംഗത്ത് എന്താണ് സാധിച്ചത് എന്ന് അറിയണമെങ്കിൽ മുണ്ടശ്ശേരി മാഷ് ഇല്ലായിരുന്നാലത്തെ കഥ സങ്കല്പിച്ചു നോക്കിയാൽ മതി. തൃശ്ശൂർ പൂരം നടക്കാതെപോയ കൊറോണക്കാലം പോലെ ത്തന്നെ ആകുമത്!

ആ ചാരുകസേരയ്ക്കും മടിയിൽവെച്ച ചെല്ലപ്പെട്ടിക്കും അരികിൽ നിലത്തിരിക്കുന്ന തുപ്പൽ കോളാമ്പിക്കും പുറമെ ശിരസ്സിൽ ഒരു കുടുമ കൂടി ഉണ്ടായിരുന്നെങ്കിൽ നാടു ഭരിക്കുന്ന ഒരു തമ്പുരാന്റെ ചിത്രം പൂർത്തിയാകുമായിരുന്നു. തൃശ്ശൂർ പൂരത്തിന് കയറ്റി എഴുന്നള്ളിക്കുന്ന നടുവിലാന തന്നെ. ഇവിടെ ഞാൻ ഉണ്ട്, ഞാനേ ഉള്ളൂ, എന്ന ഭാവം.

എന്നാലോ എല്ലാ തമ്പുരാക്കന്മാരുമായും അദ്ദേഹം പിണങ്ങി. സാഹിത്യത്തിലായാലും സമൂഹത്തിലായാലും തനിക്ക് കുച്ചുവിലങ്ങിടാൻ ആരെയും അനുവദിച്ചില്ല. തമ്പുരാക്കന്മാരുടെ ഭാഷ പഠിച്ച ആളായതുകൊണ്ട് സംസ്കൃതത്തിൽപ്പോലും ശകാരിക്കാൻ നിവൃത്തിയും ഇല്ല. ഇണക്കി എടുക്കുന്ന കാര്യം പോകട്ടെ, തളയ്ക്കാൻ പോലും ഒത്തില്ല.

സാഹിത്യ വിമർശന രംഗത്തെ ഒറ്റയാനായി വാണു. ഏകപക്ഷീയമായ ഒരു സൗന്ദര്യശാസ്ത്രവും നിലവിൽ വരാൻ അനുവദിച്ചില്ല. എ ബാല

കൃഷ്ണപിള്ളയുടെ വഴിയിലൂടെ അദ്ദേഹം ഏറെ മുന്നോട്ട് പോയി. എഴുത്തിൽ പാശ്ചാത്യ രീതിശാസ്ത്രത്തിന്റെ കാലിക പ്രസക്തി അടിച്ചുറപ്പിച്ചു. ആ അർത്ഥത്തിൽ കേരളത്തിലെ നവോത്ഥാനത്തെ തുടർന്നും നയിച്ചു.

വിദ്യാഭ്യാസരംഗം തൂത്തുവാരി വൃത്തിയാക്കി. മാനേജരുടെ ദാസ്യവേല കൂടി ചെയ്താലും അത്താഴക്കഞ്ഞിക്കു വകയില്ലാതിരുന്ന അദ്ധ്യാപകർക്ക് അദ്ദേഹം ഉണ്ടാക്കിക്കൊടുത്ത പുതിയ ലോകമാണ് നാമിപ്പോൾ കാണുന്നത്..

അധികാരമെന്ന കുരിശ് അദ്ദേഹത്തെ വിഷമിപ്പിച്ചു. കാലം അത് അതിവേഗം തിരികെ ഏറ്റുവാങ്ങിയപ്പോൾ സന്തുഷ്ടനായിരുന്നു എന്ന് എനിക്ക് നേരിട്ട് ബോദ്ധ്യമുണ്ട്.

അദ്ദേഹത്തിന്റെ വാക്കുകൾ കേൾക്കാൻ മാനാഞ്ചിറ മൈതാനം മുഴുക്കെ ആളുകൾ തടിച്ചുകൂടിയ ഒരു ദിവസമാണ് ഞാൻ അദ്ദേഹത്തെ ആദ്യമായി കാണുന്നത്. അന്ന് ഞാൻ കോഴിക്കോട് വിദ്യാർത്ഥിയായിരുന്നു. പിന്നെ പിന്നെ തൃശ്ശൂരിൽ ചെല്ലുമ്പോഴെല്ലാം കാണുക പതിവായി. അകം നിറയെ സ്നേഹമായിരുന്നു. കാപട്യം ഒട്ടുമില്ല. ആരോടും വിദ്വേഷവുമില്ല.

അന്തിക്ക് പരസ്യമായ മദ്യപാനത്തിന് ഹോട്ടലിൽ എത്തിയാൽ അദ്ദേഹം ബെയററോട് ആദ്യം ചോദിക്കുന്നത് 'ഡാ, അവൻ അപ്പൊറത്ത്ണ്ടാ?' എന്നാണ്. എന്നിട്ട് പറയും, 'അവനും കൂടള്ളോർക്കും കൊറേശ്ശെ കൊടത്താമ്മതി ട്ടാ.' അപ്പുറത്തെ ക്യാബിനിൽ ഇരിക്കുന്ന മകനും ബെയററോട് ചോദിക്കും, 'വന്നട്ട് ണ്ടാ?' പറയുകയും ചെയ്യും, 'കൊറച്ച് കൊടുത്താമ്മതി ട്ടാ.'

തെറ്റോ ശരിയോ എന്തായാലും തനിക്ക് പറയാനുള്ളത് ശക്തിയായും യുക്തിപൂർവ്വവും പറഞ്ഞ ഇദ്ദേഹം ആ കാലത്തെ ഏറ്റവും തലപ്പൊക്കമുള്ള പുരുഷനായിരുന്നു. അരങ്ങേറ്റം തൊട്ട് അന്ത്യംവരെ വേദിയിൽ നിറഞ്ഞുനിന്ന ഒരാൾ, ശുദ്ധനും ദൈവവിശ്വാസിയും കൂടി ആയ, മറക്കാനാവാത്ത ഒരേ ഒരാൾ.

പ്രപഞ്ചത്തെ ശരിയായി അറിയാൻ

രണ്ടായിരത്തി പതിനേഴ് ജനുവരിയിലാണ് സി രാധാകൃഷ്ണനും മകൻ ഡോക്ടർ ഗോപാലും കൂടി, അവർ പുതുതായി രൂപകല്പന ചെയ്ത പ്രപഞ്ചമാതൃക ഒരു ഗവേഷണപ്രബന്ധമായി *പ്രീസ്പേസ് ടൈം ജേണ* ലിൽ (*Prespacetime Journal*) പ്രസിദ്ധീകരിച്ചത്.

മുൻനിശ്ചയിക്കാവുന്നതും ശാശ്വതസ്വഭാവമുള്ളതുമായ മാപനമാന ദണ്ഡങ്ങൾക്ക് (fundamental units) നിലനില്പില്ലാത്ത മേഖലകളെയാണ് കൈകാര്യം ചെയ്യുന്നത് എന്നതിനാൽ ഗണിതംകൊണ്ടല്ല പ്രാതിഭാസിക മായ യുക്തിയിന്മേലാണ് ഈ സിദ്ധാന്തം പടുത്തു കെട്ടിയിട്ടുള്ളത്.

ഇപ്പോഴിതാ ഈ ഗവേഷകർ നിർദ്ദേശിച്ച മാതൃകയ്ക്കു തെളിവായി രണ്ട് നിർണ്ണായക നിരീക്ഷണങ്ങൾ പുറത്ത് വന്നിരിക്കുന്നു.

ഒന്ന്: സ്പേസിന്റെ സാന്ദ്രത സ്ഥിരമല്ല.

രണ്ട്: പ്രകാശം കണമോ തരംഗമോ ആയല്ല സ്പെയ്സിന്റെതന്നെ ഒരു 'സാന്ദ്രതാവ്യത്യാസപ്പൊതി' (package of space-density difference) ആയാണ് സഞ്ചരിക്കുന്നത്.

41 കൊല്ലവും 18 ബില്യൻ കിലോമീറ്ററും യാത്ര ചെയ്ത് വോയേജർ 2 എന്ന ബഹിരാകാശ നിരീക്ഷണപേടകം സൗരമണ്ഡലത്തിനു പുറ ത്തുള്ള സ്പേസിലേക്ക് കടന്നപ്പോൾ അവിടെ സ്പേസിലെ പദാർത്ഥ സാന്ദ്രത കൂടിക്കൂടി വരുന്നതായി കണ്ടു. 2018 നവംബറിൽ നടന്ന ഈ നിരീക്ഷണത്തിന്റെ രേഖകൾ സൂക്ഷ്മപരിശോധനയ്ക്കുശേഷം ഇപ്പോ ഴാണ് പ്രസിദ്ധീകൃതമായത്.

2012 ആഗസ്ത് 25 ന് വോയേജർ 1 ഉം ഇതേ കാര്യം റിപ്പോർട്ട് ചെയ്തിരുന്നു.

അതിനാൽ ഇപ്പൊഴിത് സ്ഥിരീകരണത്തിനും സ്ഥിരീകരണമാണാ

കുന്നത്. (അസ്ട്രോഫിസിക്കൽ ജേർണൽ ലെറ്റേഴ്സിന്റെ *Astrophysical Journal Letters* പുതിയ ലക്കം.)

സ്പെയ്സിന്റെ സാന്ദ്രത നേരിട്ട് അളക്കാൻ ഒരു വഴിയും ഇല്ല. അളവുപകരണങ്ങൾ ഉൾപ്പെടെ പ്രപഞ്ചത്തിൽ എല്ലാം സ്പെയ്സുകൊണ്ടു തന്നെ നിർമ്മിതമായിരിക്കയാൽ അളക്കപ്പെടുന്ന സ്പെയ്സിന്റെ സാന്ദ്രതയിലെ മാറ്റം അളവുപകരണത്തെ അതേ തോതിൽ ബാധിക്കുന്നതിനാൽ ആണ് ഈ പ്രയാസം. എന്നാൽ, പ്രപഞ്ചവികാസത്തിൽ പങ്കെടുക്കേയുള്ള ചലനത്തിനിടെ കൂടുതൽ പദാർത്ഥകണങ്ങൾക്ക് ജന്മം നല്കുന്ന സ്വതന്ത്ര സ്പെയ്സ് (സൗരമണ്ഡലത്തിന്റേയോ മറ്റോ സ്വാധീനത്തിൽ അല്ലാത്ത സ്പെയ്സ്) സാന്ദ്രതക്കൂടുതൽ ഉള്ളതാണെന്ന് ന്യായമായും നിശ്ചയിക്കാം.

വിക്ടർ ടി നോർത്ത് എന്ന സുപ്രസിദ്ധ കമ്പ്യൂട്ടർ വിദഗ്ദ്ധൻ നമ്മുടെ കണ്ണിൽ വീഴുന്ന പ്രകാശത്തെ പഠിച്ചപ്പോൾ കണ്ടുകിട്ടിയതാണ് രണ്ടാമത്തെ കാര്യം.

പദാർത്ഥകണമായോ തരംഗമായോ അല്ല, പിന്നെയോ, ഫോട്ടോണുകൾ സ്പേസിന്റെ സാന്ദ്രതാ വ്യതിയാനത്തിന്റെ ഒരു ചെറിയ ഗഡുവായി, ഒരു പാക്കേജ് പോലെ, കണ്ണിൽ വീഴുന്നതുകൊണ്ടാണ് നമുക്ക് ഇന്നുള്ള രീതിയിൽ കാഴ്ച ഉണ്ടാകുന്നത് എന്നാണ് ഇദ്ദേഹം കണ്ടെത്തിയിരിക്കുന്നത്.

ഈ പശ്ചാത്തലത്തിൽ സി രാധാകൃഷ്ണനോട് *കലാകൗമുദി* ഏതാനും കാര്യങ്ങൾ ആരായുന്നു:

ചോ: ഈ ആശയത്തിലേക്ക് നയിച്ച പരിശ്രമത്തിന്റെ പ്രചോദനം ഓർത്തെടുക്കാമോ?

ഉ: ഭൗതികത്തിൽ നിലവിലിരുന്ന നിലപാടുകളിൽ പൊരുത്തക്കേടുകളും പോരായ്മകളും കണ്ടതിൽനിന്നാണ് തുടക്കം. ഉദാഹരണത്തിന്

1. പ്രപഞ്ചത്തിലെ 97 ശതമാനം സ്ഥലിയും ശൂന്യമാണ് എന്ന ധാരണ ശരിയല്ല എന്ന് വന്നു. കാരണം, ഗുരുത്വാകർഷണത്തിന്മേൽ പ്രപഞ്ചം നിലനില്ക്കണമെങ്കിൽ ഇത്ര കുറച്ചു ദ്രവ്യം പോരാ.
2. ഗുരുത്വാകർഷണ ബലത്തിനും വിദ്യുത്കാന്ത തരംഗങ്ങൾക്കും പ്രസരിക്കാൻ ഒരു മാദ്ധ്യമം കൂടാതെ കഴിയില്ല.
3. പ്രകാശത്തിന്റെ അസ്സൽ പ്രകൃതം എന്തെന്ന് തീർച്ചപ്പെടണം.
4. ഊർജ്ജപ്രസരം എന്തുകൊണ്ടാണ് ഇടമുറിഞ്ഞല്ലാതെ പുറപ്പെടാത്തത് എന്ന കാര്യത്തിന് വിശ്വാസ്യമായ വിശദീകരണം വേണം.
5. ബലങ്ങൾ ഏകീകരിച്ചല്ലാതെ ഭൗതികത്തിന് ഇനി ഒരടി മുന്നോട്ടുപോകാനാവില്ല എന്നു വന്നു.
6. പ്രപഞ്ചത്തിന്റെ ആയുസ്സും ചരിത്രവും തിട്ടപ്പെടുത്താൻ പുതിയ മുറകൾ തേടാതെ പറ്റില്ലെന്നായി.
7. ഉപകരണസാദ്ധ്യമായ നിരീക്ഷണ പരീക്ഷണങ്ങൾ പരിമിതങ്ങളെന്ന് തെളിഞ്ഞു.

8. മൂലകങ്ങളുടെ അർദ്ധായുസ്സിന് വിശദീകരണം വേണ്ടിയിരുന്നു.
9. ക്വാണ്ടം ലോകത്തിലെ നിയമങ്ങൾ വിശ്വവിശാലതയിലെ നിയമങ്ങൾക്ക് ഇണങ്ങാത്തതെന്തെന്ന ചോദ്യം ഉത്തരമില്ലാതെ നിന്നു.
10. സമയത്തിന്റെ തുടക്കവും ഒടുക്കവും എവിടെയാണെന്ന് നിശ്ചയിക്കാനും വേറെ വഴി വേണമെന്നായി.
11. ചുരുക്കത്തിൽ, ഇതുവരെ വന്ന വഴിയേ പോകുന്തോറും പ്രപഞ്ചത്തിന് ഒരു സമഗ്ര ചിത്രം സങ്കല്പിക്കുക കൂടുതൽ കൂടുതൽ പ്രയാസമായിക്കൊണ്ടിരുന്നു.

ചോ: പുതിയ കാഴ്ചപ്പാടിലെത്താൻ ആശ്രയിച്ച അടിസ്ഥാന സങ്കല്പനങ്ങൾ എന്തെല്ലാം?

ഉ: അക്കമിട്ടുതന്നെ പറയാം:

1. പ്രപഞ്ചത്തിന് മൂന്ന് തലങ്ങളുണ്ട്. ഒന്ന്, ഇക്കാണുന്ന നശ്വരതലം. രണ്ട് ഈ നശ്വരതലം എന്തിൽനിന്നും ഉണ്ടായി എന്തിലേക്ക് തിരികെ ലയിക്കുന്നുവോ ആ അവ്യക്ത മാദ്ധ്യമം (അതാണ് സ്പെയ്സ്, അത് ശൂന്യമല്ല). മൂന്ന്, ആ മാദ്ധ്യമത്തെ ത്രസിപ്പിച്ചുകൊണ്ടിരിക്കുന്ന അടിസ്ഥാന ഊർജ്ജം. ഇതിൽ രണ്ടും മൂന്നും അദൃശ്യവും ഭൗതിക ഉപാധികളാൽ കൈകാര്യം ചെയ്യാനാവാത്തതും ആകുന്നു. കാരണം, ഏതുപകരണവും ഇവകൊണ്ടുതന്നെ വേണ്ടിയിരിക്കുന്നു നിർമ്മിക്കാൻ. ഇതേ കാരണത്താൽ ഒരു ഉപകരണംകൊണ്ടും സ്പെയ്സിനെ മുറിച്ചു നീക്കാനോ തള്ളിമാറ്റാനോ സാദ്ധ്യമല്ല.

2. ചതുർമ്മാനസ്വഭാവമുള്ള സ്പെയ്സിന് ആ നാലു മാനങ്ങളിൽ ഏതിലും വർത്തുളമായി (spiral) വികസിക്കാനും സങ്കോചിക്കാനുമുള്ള കഴിവുണ്ട്. ആ വികാസസങ്കോചങ്ങളിൽനിന്നാണ്ദ്രവ്യവും കാലവും ഉൾപ്പെടെ എല്ലാം ഉണ്ടാകുന്നത്. (നേർരേഖ ഏകമാനം, പ്രതലം ദ്വിമാനം, ഗോളം ത്രിമാനം. ഓരോ മാനവും മറ്റ് ഓരോന്നിനും ലംബമാണ്. മാനങ്ങൾ വർദ്ധിക്കുന്തോറും ആ സ്പെയ്സിലെ ചലന സ്വാതന്ത്ര്യത്തിന് വ്യാപ്തി കൂടുന്നു. മൂന്നു മാനങ്ങൾക്കപ്പുറം സങ്കല്പിക്കുക മനുഷ്യസാധ്യമല്ല.)

ചോ: പോകപ്പോകെ ചിന്താ പരീക്ഷണങ്ങളിലൂടെ കണ്ടുകിട്ടിയത് എന്തെല്ലാമാണ്?

ഉ: സ്പെയ്സിന്റെ വർത്തുളമായ വികാസത്തിനിടെ (spiral expansion) സ്പെയിസിൽനിന്ന് സ്പെയ്സിൽത്തന്നെ ഉരുവപ്പെടുന്ന 'ചതുർമാന' (four-dimensional) ചുഴികളാണ് പദാർത്ഥകണങ്ങൾ. ചുരുണ്ടു കൂടുന്നു ചുരുളഴിയുന്നു എന്ന രീതിയിലുള്ള സ്പന്ദനമാണ് ഇവയുടെ ജീവൻ. ആ സ്പന്ദനത്തിന്റെ താളമാണ് ഇവയുടെ ആയുസ്സിന്റെ അടിത്തറ. താളവ്യതിയാനങ്ങൾക്ക് അനന്തസാദ്ധ്യതകളാണ് ഉള്ളത്.

ചുഴി വെള്ളത്തിൽ നീങ്ങുമ്പോൾ വെള്ളമല്ല, 'ചുഴിയൽ' എന്ന

ചലനം മാത്രമാണ് നീങ്ങുന്നത്. അതുപോലെ പദാർത്ഥകണം സ്പേസിൽ നീങ്ങുമ്പോൾ അതിന്റെയും 'ചുഴിത്തം' അഥവാ 'കണത്വം' മാത്രമാണ് സ്ഥലം മാറുന്നത്. അത് ഇടം മാറി മാറി പുനർജ്ജനിച്ചുകൊണ്ടേയിരിക്കുന്നു എന്ന് ആലങ്കാരികമായി പറയാം.

സ്പെയ്സിന്റെ വികാസസങ്കോചങ്ങളനിന്ന് പിറക്കുന്ന ഏറ്റവും ചെറിയ സ്പന്ദങ്ങളായ ക്വാർക്കുകൾ മുതൽ പടിപടിയായി സമന്വിതമായി കൂട്ട് ചേർന്ന് മൂലകങ്ങളും യൗഗികങ്ങളും അതിലും കൂടുതൽ വലിയ സംഘാതങ്ങളും ആവുന്നു. ഇവ ഒന്ന് മറ്റൊന്നിനകത്ത് ടെലസ്കോപ്പ് (telescope) ചെയ്തതുപോലെ ഒതുങ്ങി മഹാപ്രപഞ്ചം വരെ എത്തുന്നു.

സ്പെയ്സും ഈ സംഘാതങ്ങൾ അഥവാ കൂട്ടായ്മകളും തമ്മിലും ഈ കൂട്ടായ്മകൾ തമ്മിൽ തന്നെയുമുള്ള ഊർജ്ജവേഴ്ചകളുടെ വിവിധ തരം പ്രകടനങ്ങളാണ് അടിസ്ഥാനബലങ്ങളായി (fundamental forces) പ്രത്യക്ഷപ്പെടുന്നത്. ഇവയിൽ ഓരോന്നും എങ്ങനെ രൂപപ്പെടുന്നു എന്നും എവ്വിധമൊക്കെ പ്രവർത്തിക്കുന്നു എന്നും സൂക്ഷ്മമായി വിശദമാക്കാൻ ഈ പ്രപഞ്ചമാതൃക മതിയാകുന്നുണ്ട്.

ഊർജ്ജം പ്രസരിപ്പിക്കുന്ന കണങ്ങളുടെ സ്പന്ദന സ്വഭാവമാണ് ഊർജ്ജത്തിന് ഇടമുറിഞ്ഞേ പുറത്തുവരാൻപറ്റു എന്ന പരിമിതി ഉണ്ടാക്കുന്നത്. ഓരോ സ്പന്ദനത്തിനുമിടെ ഒരു പ്രത്യേകഘട്ടത്തിലല്ലേ ഏതു കാണത്തിനും ഊർജ്ജവിസർജ്ജനം നടത്താനൊക്കൂ?

സ്പന്ദിച്ചുകൊണ്ടിരിക്കുന്ന പ്രപഞ്ചത്തിൽ സ്പെയ്സിന്റെ സാന്ദ്രത അതിൽ എല്ലായിടത്തും സ്വാഭാവികമായും മാറിക്കൊണ്ടിരിക്കുന്നു. സ്പെയ്സിലെ എല്ലാ ചലനങ്ങളും ഉരുവങ്ങളും ബലങ്ങളും എവിടെയും ഈ സാന്ദ്രതയെ ആശ്രയിക്കുന്നു. അതിനാൽ പ്രപഞ്ചത്തിൽ ഒരു ഇടത്തും മറ്റൊരിടത്തുള്ളപോലെയല്ല കാര്യങ്ങൾ. പ്രകാശവേഗം ആയാലും (velocity of light) മൂലകങ്ങളുടെ അർദ്ധായുസ്സ് ആയാലും (half-life of elements) ഏതെങ്കിലും രണ്ടിടത്ത് രണ്ട് നിരക്കിലേ ആയിരിക്കൂ. അളവുകോലുകളുടെ നീളം ഉൾപ്പെടെ എല്ലാം ഇതോടൊപ്പം മാറുന്നതുകൊണ്ട് ഈ വ്യത്യാസം ഒരിക്കലും അളന്നു മനസ്സിലാക്കാനാവുകയുമില്ല എന്ന വിശേഷംകൂടി ഉണ്ട്.

പ്രപഞ്ചം മൊത്തമായി ഒരു മഹാസ്പന്ദമാണ്. അതിസാന്ദ്രമായ മൂലകന്ദ അവസ്ഥയിൽനിന്ന് വികസിച്ച് നേർത്തുനേർത്ത് സമതുലിതാവസ്ഥയും കടന്നുപോയി അകമേ അതൊരു മഹാ ബ്ലാക്ക് ഹോൾ (black hole) ആയിത്തീരുന്നു. പിന്നെ സങ്കോചിച്ച് വീണ്ടും മൂലകന്ദംതന്നെ ആവുന്നു. സത്യത്തിൽ ഓരോ ചെറു കണവും ഇതേ സ്പന്ദനക്രിയയാണ് അനുവർത്തിക്കുന്നത്.

അപ്പോൾ മഹാകാലം ചിമിഴിൽ എന്നപോലെ അതിൽ ഒതുങ്ങുന്നു. അതിനാലാണ് സ്പെയ്സിന് സ്ഥിരസാന്ദ്രത പരികല്പിച്ചുള്ള അളവുകോൽ വെച്ച് നന്നേ ചെറുതിനകവും നന്നേ വലുതിനകവും സംഭവിക്കുന്ന കാര്യങ്ങളെ ഒരേ രീതിയിൽ കണക്കിലെടുക്കാൻ കഴിയാത്തത്.

ചോ: നിലവിലുള്ള ഏതു ധാരണകളാണ് മുഖ്യമായും തിരുത്തേണ്ടി വരുന്നത്?

ഉ: നമ്മുടെ പ്രപഞ്ചത്തിൽ സാർവ്വലൗകിക സ്ഥിരാങ്കങ്ങളോ (universal constants) മാറാത്ത മാത്രകളോ (fundamental units) സാദ്ധ്യമല്ല എന്നു തീർച്ചപ്പെടുന്നതാണ് പ്രധാന വ്യത്യാസം. സ്ഥിരമായ അടിസ്ഥാനമുള്ള ഒന്നും ഭൗതികലോകത്തിൽ പൊതുവായി കണ്ടുകിട്ടാൻ ഇല്ലാത്തതിനാൽ എങ്ങും എപ്പോഴും ബാധകമാവുന്ന ഗണിതശാസ്ത്ര സമവാക്യങ്ങൾ ആവിഷ്കരിക്കാനാവില്ല. ഒരു ഗ്രാഫും, അതിന് അടിസ്ഥാനമായി എടുത്ത സ്പെയ്സ് സാന്ദ്രതയ്ക്ക് അപ്പുറത്തേക്ക്, നീട്ടി വരച്ചാൽ ശരിയാവില്ലെന്നർത്ഥം.

അതായത്, നിലവിലുള്ള ഭൗതിക നിയമങ്ങൾ 'പ്രാദേശിക'മായ പ്രപഞ്ചത്തിന് മാത്രമേ ബാധകമാവൂ. നിരീക്ഷണ പരിധിക്കിരുവശവുമുള്ള അതിസൂക്ഷ്മവും അതിവിസ്തൃതവുമായ ലോകങ്ങളിൽ ഈ നിയമങ്ങൾക്ക് ഇതേപടി പ്രസക്തിയുണ്ടാവില്ല.

താരാപഥങ്ങൾ ഒന്നിൽനിന്ന് ഒന്ന് ഓടി അകലുകയല്ല, അവ സ്പേയ്സ് എന്ന മാദ്ധ്യമത്തിന്റെ വികാസത്തിൽ പങ്കെടുക്കുക മാത്രമാണ്. വീർത്തുവരുന്ന ബലൂണിനു മുകളിലെ പുള്ളിക്കുത്തുകൾപോലെ പരസ്പരം അകലുന്നു. ഒപ്പം, അവയിൽനിന്ന് പുറപ്പെടുന്ന വെളിച്ചം നമ്മിലേക്ക് എത്തുന്നതിനകം വഴിയിൽ വെച്ച് അതിന്റെ അലനീളം, വഴിയിലെ സ്പെയ്സിന്റെ സാന്ദ്രതാഭേദം അനുസരിച്ച്, മാറുന്നുമുണ്ട്. Big Bang ഇല്ല, ചാക്രികസ്പന്ദനത്തിന്റെ ഒരു ഘട്ടമായ അതിവേഗവികാസമേ സംഭവിക്കുന്നുള്ളു.

സ്പന്ദനത്തിലെ താളപ്പൊരുത്തമൊന്നു മാത്രമാണ് പദാർത്ഥകണങ്ങളുടെ രൂപീകരണവും സുസ്ഥിതിയും ഉറപ്പുവരുത്തുന്നത്. അതിനാൽ അണുസംയോജനംവരെയുള്ള ആണവ ക്രിയകൾ സാധിക്കാൻ മതിയായ അനുരണനത്തിനുള്ള സാഹചര്യം ആവിഷ്കരിച്ചാൽ മതി.

പുതിയ പ്രപഞ്ചമാതൃക ഗുരുത്വാകർഷണബലത്തെക്കുറിച്ചുതരുന്ന അറിവിന്റെ വെളിച്ചത്തിൽ, ഭൂമിയുടെ അച്ചുതണ്ടിലെ കറക്കം എന്തിനാൽ അതേ നിരക്കിൽ കാലാകാലങ്ങളായി നിലനിന്നുപോരുന്നു എന്നും, എന്തുകൊണ്ട് ഭൂമി സൂര്യനെ സ്ഥിരവേഗത്തിൽ പ്രദക്ഷിണം വെച്ചുകൊണ്ടേയിരിക്കുന്നു എന്നും, നാം വിക്ഷേപിക്കുന്ന ഉപഗ്രഹങ്ങൾ എന്തുകൊണ്ട് പിന്നെപ്പിന്നെ ഭൂമിയുടേതിനു സമാന്തരമായ അച്ചുതണ്ടിൽ സ്വയമെന്നപോലെ കറങ്ങാൻ തുടങ്ങുന്നു എന്നുമൊക്കെ ഇപ്പോൾ നമുക്ക് മനസ്സിലാക്കാൻ കഴിയുന്നു.

അഗ്നി എന്നത് പദാർത്ഥങ്ങൾ തമ്മിലും പദാർത്ഥവും സ്പേസും തമ്മിലുമുള്ള ഊർജ്ജ വിനിമയമാണ്. പഞ്ചഭൂതങ്ങളിൽ ആകാശം സ്പേസ് ആണ്. പദാർത്ഥത്തിന്റെ ഘന ദ്രവ ബാഷ്പരൂപങ്ങളാണ് ശേഷിക്കുന്ന ഭൂതങ്ങൾ.

ചുരുക്കത്തിൽ, ഒരു ഭൂതമേ ആകെ ഉള്ളൂ: ആകാശം അഥവാ സ്പെയ്സ് മാത്രം!

പ്രപഞ്ചത്തിലെ വളരെ ചെറിയൊരു ഭാഗമേ നമുക്ക് ഇതുവരെ കാണാൻ കഴിഞ്ഞിട്ടുള്ളൂ. ചില ഭാഗങ്ങളിൽനിന്ന് പ്രകാശം നമ്മുടെ അരികിലേക്ക് ഒരിക്കലും എത്തുകയില്ല. വികാസത്താൽ സ്പേസിന്റെ സാന്ദ്രത കുറഞ്ഞുകുറഞ്ഞു സമനില കഴിഞ്ഞും പുരോഗമിക്കുമ്പോൾ അതിന്യൂന സാന്ദ്രതയുടെ ഇടങ്ങളിൽ വിപരീത ലോകങ്ങൾ (anti-worlds) ഉണ്ടാവും.

ചോ: എന്താണ് ഈ ആശയത്തിലെത്തിച്ച നാൾവഴി?

ഉ: പാലക്കാട് വിക്ടോറിയ കോളേജിൽ പഠിക്കുമ്പോഴാണ് ഇതിന്റെ വിത്ത് മനസ്സിൽ വീണു കിട്ടുന്നത്. 1988 ൽ ഏകദേശം പൂർത്തിയായി. അന്നിതു കൊച്ചി സർവ്വകലാശാലയിലെ ഭൗതികശാസ്ത്ര വിദ്യാർത്ഥികളുടെയും അദ്ധ്യാപകരുടെയും മുന്നിൽ അവതരിപ്പിച്ചു. ആ വർഷം തന്നെ ഇത് 'unity of space-matter manifestations' എന്ന പേരിൽ എട്ടു പേജുള്ള ഒരു മോണോഗ്രാം (monogram) ആയി, പ്രപഞ്ചവിജ്ഞാനീയത്തിൽ മുൻനിരയിലെ തെരഞ്ഞെടുത്ത ഗവേഷകർക്ക് അയച്ച് അഭിപ്രായം തേടി. കുറച്ചുകൂടി വിശദമാക്കുന്നത് നന്നാകുമെന്ന് അവരിൽ പലരും പറഞ്ഞതനുസരിച്ച് 2002 ൽ *Stuff and style of the universe* എന്ന പുസ്തകം പ്രസിദ്ധീകരിച്ചു.

രാഷ്ട്രപതിയായിരുന്ന എ പി ജെ അബ്ദുൽ കലാം അതു വായിച്ച് അനുമോദിച്ചു. (ശാസ്ത്രകാരന്മാർക്കിടയിൽ ഈ നാട്ടിൽ അദ്ദേഹം ഒരേയൊരാളേ ഇതു ചെയ്തുള്ളുതാനും!) 'പ്രപഞ്ചത്തിന്റെ സത്തും ശൈലിയും' എന്ന് അതിനൊരു പരിഭാഷയും അപ്പോഴേ പ്രസിദ്ധീകരിച്ചു. (പരിഷ്കരിക്കണം എന്നു കരുതി മാറ്റി വെച്ചിരിക്കുകയാൽ രണ്ടിന്റെയും പുനഃപ്രകാശനം വൈകുന്നു. ഇപ്പോൾ കിട്ടാനുള്ളത് *Avyakta - the secret behind the universe* എന്ന കൃതിയും c-radhakrishnan.info എന്ന സൈറ്റിലൂടെ കണ്ടെത്താവുന്ന ഗവേഷണപ്രബന്ധ പാഠവുമാണ്.)

1990 ൽ എന്റെ മകൻ ഈ അന്വേഷണത്തിൽ താല്പരനായി, ഒട്ടേറെ തുണച്ചു. പാർട്ടിക്കിൾ ഫിസിക്സിന്റെ ദണ്ഡകാരണ്യത്തിൽ അലഞ്ഞു തിരിഞ്ഞ് തെളിവുകൾ കണ്ടെത്തിയത് അയാളാണ്.

നിഗമനങ്ങൾ കുറച്ചൊരു വിപ്ലവാത്മകമായതുകൊണ്ട് ശാസ്ത്രമാസികകൾ ഇത് സംബന്ധിച്ച പ്രബന്ധം സ്വീകരിക്കാൻ വിഷമിച്ചു. 2012 ഒക്ടോബറിലാണ് *സയൻസ് ഇന്ത്യ*യുടെ (Science India) രണ്ടു ലക്കങ്ങളിലായി ആദ്യമായി പ്രബന്ധം അച്ചടിച്ചുവന്നത്.

ചോ: ഇനി?

ഉ: ചതുർമാന (four-dimensional) സ്പേസിന്റെ ത്രിമാന പ്രത്യക്ഷമായിട്ടാണ് (three-dimensional projection) ഈ മാതൃകയിലെ പ്രപഞ്ച

കല്പന. പക്ഷേ, ക്വാണ്ടം എന്റങ്കിൾമെന്റ് പോലെയുള്ള പ്രതിഭാസങ്ങൾ വിശദീകരിക്കാൻ ഇതു പോരാ. (അതിവിദൂരസ്ഥങ്ങളായ രണ്ടു കണങ്ങൾ തമ്മിൽ 'തത്സമയം' (എന്നുവെച്ചാൽ പ്രകാശവേഗത്തേക്കാൾ പൊടുന്നനെ) ആശയവിനിമയം നടക്കുന്നതിനെയാണ് ക്വാണ്ടം എന്റങ്കിൾമെന്റ് എന്ന് പറയുക. ഒരു കണത്തിന് ക്വാണ്ടം അവസ്ഥയിൽ വരുന്ന മാറ്റം മറ്റേ കണം പെട്ടെന്നുതന്നെ അറിയുന്നതിനാണ് ഈ പേര്.)

ഇത് സാദ്ധ്യമാകാൻ സ്പേസിന് അനന്ത മാനങ്ങൾ (infinite dimensions) ഉള്ളതായി സങ്കല്പിച്ചേ തീരൂ. ബോധം (consciousness) എന്ന ആശയത്തെ മനസ്സിലാക്കാനും ഇത് വേണം.

ഇതുകൂടി ചേർത്ത് ഈ ചിത്രത്തിന് പൂർത്തി വരുത്തിയിട്ട് 'ഏകതാ സിദ്ധാന്തം' എന്ന പേരിൽ അന്തിമരൂപം നല്കാൻ ഉദ്ദേശിക്കുന്നു. അതോടൊപ്പം, ഈ ആശയം സാധാരണക്കാർക്ക് പൂർണ്ണമായും മനസ്സിലാകാനുതകുന്ന ഒരു പുസ്തകം കൂടി എഴുതാൻ ആഗ്രഹമുണ്ട്. അത് ഇംഗ്ലീഷിലും മലയാളത്തിലും ചെയ്യാമെന്നുകൂടി കരുതുന്നു. ('12 വയസ്സായ എന്റെ മകന് പിടി കിട്ടുംവിധം ഒരു കാര്യം വിശദീകരിച്ചു കൊടുക്കാൻ എനിക്ക് കഴിയുന്നില്ലെങ്കിൽ ആ കാര്യം എനിക്ക് തന്നെ ശരിയായി മനസ്സിലായിട്ടില്ല എന്നാണ് അർത്ഥ'മെന്ന് ആൽബർട്ട് ഐൻസ്റ്റൈൻ പറയുകയുണ്ടായിട്ടുണ്ട്. ഈ വിഷയത്തിൽ പണ്ടേ അദ്ദേഹമാണ് എന്റെ വഴികാട്ടി.)

പ്രപഞ്ചസത്ത എന്നാൽ ഓരോ അണുവും ഒരേ സമയം തൊട്ടടുത്തും ഏറെ അകലെയും ഇരിക്കുന്ന, എണ്ണിയാലൊടുങ്ങാത്തത്ര മുഖങ്ങളും കൈകാലുകളും ഉള്ള, അനന്ത സ്വാതന്ത്ര്യത്തിന്റെ വേദിയായ, ഒന്നായിട്ടാണ് ഉപനിഷത്തുകൾ കാണുന്നത്. പ്രപഞ്ചത്തിലെ സർവ്വവ്യാപിയായ മാദ്ധ്യമത്തിന് ഉപനിഷത്ത് നല്കുന്ന പേരാണ് അവ്യക്തം എന്നത്. ഗീതയിലെ പ്രപഞ്ച സങ്കല്പവുമായി ഈ പുതിയ മാതൃകയ്ക്ക് ബന്ധമുണ്ട്. എന്നുവെച്ച് ഉപനിഷത്തുകൾ ഇതപ്പടി നേരത്തെ പറഞ്ഞു എന്നു ധരിക്കരുത്.

നന്ദി ചൊല്ലേണ്ടു നാം!

പ്രകൃതിയുടെയും പാവപ്പെട്ട പെൺജന്മങ്ങളുടെയും കാവലാളായിരുന്ന സുഗതകുമാരി ടീച്ചർ പോയി.

ഇപ്പറഞ്ഞവരെയൊക്കെ ഉപദ്രവിക്കുന്ന എല്ലാവർക്കും ഇപ്പോൾ വേണമെങ്കിൽ സന്തോഷിക്കാം. പക്ഷേ, പ്രകൃതിയെയും മലയാളഭാഷയെയും കലയെയും സാഹിത്യത്തെയും കേരളീയതയേയും ലോകത്തെത്തന്നെ മൊത്തമായും ഒക്കെ സ്നേഹിക്കുന്ന ഒരാൾക്കും സങ്കടപ്പെടാതെ പറ്റില്ല. കാരണം, ഈ കാര്യങ്ങളെക്കുറിച്ചുള്ള ജാഗരൂകതയിൽ പകരം വയ്ക്കാനില്ലാത്ത ഒരു ജന്മമായിരുന്നുവല്ലോ അത്.

അപൂർവ്വസുന്ദരങ്ങളായ ഭാവഗീതങ്ങൾ അവർ നമുക്ക് തന്നു. പരമ്പരാഗതമായ കവിത്വം പൂവിട്ടതായിരുന്നു അത്.

ധീരങ്ങളായ നിലപാടുകൾ അവർ നമ്മെ പഠിപ്പിച്ചു. അതും ഒരു പൈതൃകത്തിന്റെ ഭാഗം തന്നെയായിരുന്നു. കവിയും ദേശാഭിമാനിയും ആയിരുന്ന ബോധേശ്വരന്റെ മകളാണല്ലോ സുഗതകുമാരി.

ഒരു പെൺജന്മത്തിന് ധൈര്യം അന്യമല്ല എന്ന് അവർ തെളിയിച്ചു. ഏത് സ്നേഹമയിയായ അമ്മയും തന്റെ കുട്ടികളുടെ സുരക്ഷയുടെ കാര്യം വരുമ്പോൾ ഭദ്രകാളിയായി മാറുമല്ലോ. അപ്രതിരോദ്ധ്യമായിരുന്നു ആ സംഹാരരൗദ്രം.

ഒരു നല്ല ഗുരുനാഥയും ആയിരുന്നു അവർ. ലോകത്തെ നല്ല കാര്യങ്ങൾ പഠിപ്പിക്കുകയായിരുന്നു. തന്റെ ശിഷ്യരെ പഠിപ്പിച്ചു, അതിനു പുറമേ മറ്റുള്ളവരെയും. കാവ്യങ്ങളിലൂടെയും നിലപാടുകളിലൂടെയുമായിരുന്നു ഈ ശിക്ഷണം.

അസാധാരണമായ ആഴവും സാന്ദ്രതയുമുള്ളതായിരുന്നു ആ കാരുണ്യം. അതൊരു നാട്യമായിരുന്നില്ല. സാർവ്വലൗകികമായിരുന്നു ആ

മാതൃത്വം. അത് വാക്കിൽ ഒതുങ്ങിയും ഇല്ല.

തിരുവനന്തപുരത്ത് ചെല്ലുമ്പോൾ ഇങ്ങനെ ഒരാളെ ഇനി കാണാനില്ലല്ലോ എന്ന ചിന്ത എന്നെപ്പോലെയുള്ളവർക്ക് ഹൃദയഭേദകമാണ്. ഏറെ പതിറ്റാണ്ടുകളായുള്ള ആത്മബന്ധമായിരുന്നു. എന്നെ സംബന്ധിച്ചിടത്തോളം ആ മൂന്ന് സഹോദരിമാരും ഒരുപോലെ പ്രിയപ്പെട്ടവരായിരുന്നു. മൂന്നുപേരും പോയി. ഈ ശൂന്യത ഇനി മരണംവരെ എന്റെ കൂടെ ഉണ്ടാവും.

തനിച്ചല്ല, അനേകായിരം പേർ തുല്യദുഃഖിതരാണ് എന്നതാണ് അല്പമെങ്കിലും ആശ്വാസം, ആ കവിതകളിലൂടെ വീണ്ടും അവരുടെ അരികിൽ എത്താം എന്നതും. തന്റെ വരികളിൽ സ്വയം പകർന്നു വച്ചാണല്ലോ അവർ പോയത്. ആ കാരുണ്യത്തിനും വേറെ ആരോടും നന്ദി പറയാനില്ല.

ഓർമ്മിച്ച്, സ്വസ്തി ഉരുവിട്ട്, മനസ്സാ നമിക്കാം, വീണ്ടും വീണ്ടും.

പ്രാണന്റെ നാക്ക് സ്വയം അരിയുമ്പോൾ

നിരവധി കാര്യങ്ങൾ ചെയ്യാൻ കമ്പ്യൂട്ടറുകളെ ഏല്പിക്കാനാവും. പക്ഷേ, മുൻപ് ആർക്കും അറിയാത്ത ഒരു കഥ ഉണ്ടാക്കി പറയാൻ ഒരു കമ്പ്യൂട്ടറിനും കഴിയില്ല, പുതുതായി രണ്ടു വരി കവിത സ്വയം എഴുതാനും പറ്റില്ല. കാരണം കമ്പ്യൂട്ടറിന് സ്വപ്നം കാണാനാവില്ല.

സങ്കല്പ വിനിമയത്തിൽ അധിഷ്ഠിതമാണ് മനുഷ്യപുരോഗതി. ആ വിനിമയം സർഗ്ഗശേഷിയുള്ള ഭാഷയ്ക്കേ സാധിക്കയുമുള്ളൂ. ചുരുക്കി പ്പറഞ്ഞാൽ, മലയാളഭാഷ നഷ്ടപ്പെടുന്ന മലയാളിക്ക് കൈമോശം വരുന്നത് മുന്നോട്ടുള്ള വഴിയാണ്. എന്നിട്ടും പക്ഷേ, നമുക്ക് കാര്യത്തിന്റെ ഗൗരവം മനസ്സിലായി എന്ന് തോന്നുന്നില്ല. അറിയുക: നമ്മുടെ ഭാഷ വംശനാശ ഭീഷണി നേരിടുന്നു.

അമ്മിഞ്ഞപ്പാലാണ്, അമൃതാണ്, എന്നൊക്കെ നമ്മിൽ പലരും പറയാറുണ്ടെങ്കിലും ഫലത്തിൽ ഉപേക്ഷയാണ് എല്ലാ ഭാഗത്തുനിന്നും പൊതുവേ മലയാളഭാഷയോടുള്ളത്.

നാടിന് സ്വാതന്ത്ര്യം കിട്ടി കാലമിത്രയായിട്ടും ഭാഷയോട് നീതി ചെയ്യാൻ നമുക്ക് കഴിഞ്ഞിട്ടില്ല. എന്താ തെളിവ് എന്ന് ചോദിച്ചാൽ വേറെ എങ്ങും പോണ്ട, ചുറ്റുപാടും നോക്കിയാൽ മതി.

മലയാളം ഇപ്പോഴും നമ്മുടെ ഭരണഭാഷയല്ല, നീതിന്യായ ഭാഷയല്ല, അദ്ധ്യയനഭാഷയല്ല, പഠിച്ചാൽ എന്തെങ്കിലും ഒരു തൊഴിൽ കിട്ടുന്ന ഒരു ഉപാധി പോലും അല്ല, ഒരു മതത്തിന്റെയും ജാതിയുടെയും പ്രസ്ഥാന ത്തിന്റെയും ഭാഷയും അല്ല. വെറുമൊരു 'ഷെഡ്യൂൾ' ഭാഷ. അതായത് ഇന്ത്യാരാജ്യത്തെ ഒരു പട്ടികജാതി ഭാഷ! അനുഭവം വെച്ചുപറഞ്ഞാൽ അക്കൂട്ടത്തിൽ ഒരു അധഃകൃത ഭാഷ!

ഈ അവസ്ഥയ്ക്കെതിരെ പ്രതികരിക്കാൻ മിക്ക രാഷ്ട്രീയപ്രസ്ഥാന

ങ്ങളും തയ്യാറുമല്ല. മതതാല്പര്യങ്ങളുമായുള്ള അവിഹിതബന്ധങ്ങൾ ആയിരിക്കാം കാരണം.

മലയാളിയുടെ ജീവിതവേദിയിലെ സർവ്വാശ്ലേഷിയായ ഭാഷ മലയാളം ആകുന്നതുവരെ മലയാളഭാഷയ്ക്ക് നിത്യമായ സ്ഥാനം കേരളക്കരയിലോ ലോകത്തെവിടെയെങ്കിലുമോ ഉണ്ടാവില്ല. ചൊട്ടുവിദ്യ കൊണ്ടോ മിനുക്കുപണികൊണ്ടോ ഒരു കാര്യവും നടപ്പില്ല.

ഭാഷതന്നെയാണ് സംസ്കാരം എന്ന് പടിഞ്ഞാറുള്ള ചോംസ്കിമാർ പറഞ്ഞിട്ടുള്ളതുകൊണ്ട് അങ്ങനെയല്ല എന്ന് ഇപ്പോൾ ഇവിടെയും ആരും പറയാറില്ല. അതായത്, മലയാളഭാഷ അന്യംനിന്നുപോകുന്നതോടുകൂടി കേരളീയത എന്ന മഹാ സംസ്കൃതിയാണ് ഇല്ലാതാകുക. ആ സംസ്കൃതിയുടെ യഥാർത്ഥ പേര് മലയാഴ്മ എന്നാണ്. എന്നു വെച്ചാൽ, വൻമലയുടെ ഔന്നത്യവും അടി കാണാനാവാത്ത മഹാസമുദ്രത്തിന്റെ ആഴവുമുള്ള അപൂർവ്വ സംസ്കൃതി.

ലോകത്തിന്റെ വിവിധ ഭാഗങ്ങളിൽനിന്ന് അനേകായിരത്താണ്ടുകളായി വിവിധ സംസ്കാരങ്ങൾ ഒഴുകിവന്ന് ഒരു മൂശയിൽ ഉരുകി ചേർന്ന് ഒന്നായി ഉരുവപ്പെട്ടത്. നാളെ ലോകം ഒരു ഏകകമാകുമ്പോൾ എല്ലാ വിഭാഗീയതകൾക്കും അതീതമായി സമഷ്ടിക്കും സ്വീകരിക്കാവുന്ന സാർവ്വജനീന സംസ്കാരത്തിന്റെ പരീക്ഷിത മാതൃക എന്നർത്ഥം. അറിയുക, ഇതു കൈമോശം വരുന്നതുകൊണ്ട് നഷ്ടം നമുക്ക് മാത്രമല്ല.

ഏതു സ്വനിമവും എഴുതുംപോലെ ഉച്ചരിക്കാനും ഉച്ചരിക്കുംപോലെ എഴുതാനും കഴിയുന്ന ഭാഷകൾ ലോകത്തിൽ വിരളമാണ്. എഴുത്തച്ഛൻ പണിത അക്ഷരമാലയ്ക്ക് ഈ കഴിവുള്ളതുകൊണ്ടാണ് ഇത് പഠിച്ച മലയാളി ലോകത്തെ ഏതു ഭാഷയും മൂന്നു മാസംകൊണ്ട് അവിടത്തുകാരേക്കാൾ നന്നായി വശത്താക്കുന്നത്. അതായത്, മലയാളം പഠിച്ചാൽ മറ്റേതോരു ഭാഷയും പഠിക്കാൻ എളുപ്പമാണ്.

ഇത്രയും ഭാഗ്യവാന്മാരായി ജനിച്ച നാമിപ്പോൾ ഒരു ഭാഷയും അറിയാത്ത ആൾക്കൂട്ടമായിത്തീരുന്നു! കാരണം, ഒന്നു മുതൽ പന്ത്രണ്ട് വരെയുള്ള ക്ലാസിൽ ഒരു പാഠപുസ്തകത്തിലും മലയാളലിപി പഠിക്കാനില്ല! മലയാളം പഠന ഭാഷയായ സ്കൂളുകളിൽ പോലുമില്ല!!

ഭാഷയിലെ സാമർത്ഥ്യം ബുദ്ധിസാമർത്ഥ്യത്തിന്റെ പര്യായമാണ് എന്ന് മോഡേൺ സയൻസ് കണ്ടെത്തിയിട്ടുണ്ട്. നാം അതിവേഗം മന്ദബുദ്ധികളായി മാറിക്കൊണ്ടിരിക്കുന്നു എന്നു സാരം!!

സമൂഹത്തിലെ നിർണ്ണായക ശക്തികൾ ചിറകിനടിയിൽ ഏറ്റെടുത്തില്ലെങ്കിൽ ഭാഷ വളരില്ല എന്നത് ഒരു ചരിത്രസത്യമാണ്. ഏറ്റവും പ്രബലനായ ചക്രവർത്തിയുടെ മാതൃഭാഷയ്ക്കായിരുന്നു അതാതുകാലത്ത് ലോകത്ത് പ്രാമുഖ്യം. ഇവിടെ നമ്മുടെ നാട്ടിൽ ഇപ്പോൾ ഒരു കക്ഷിക്കും മതത്തിനും സംഘടനയ്ക്കും ഭാഷകളിൽ മലയാളത്തോടല്ല തീവ്ര വൈകാരിക ബന്ധം. ഓരോരുത്തർക്കും കൂടുതൽ പ്രിയപ്പെട്ട ഭാഷ വേറെ ഉണ്ട്.

ഈ നേര് മറച്ചുപിടിച്ചു വെറുതെ വിലപിക്കുംതോറും നമ്മുടെ ഭാഷയെന്നല്ല സ്വഭാവശുദ്ധിയും വികലമായിക്കൊണ്ടിരിക്കും. ആർജ്ജവവും ലക്ഷ്യബോധവും ഇച്ഛാശക്തിയുമാണ് വേണ്ടത്. ഇത് മൂന്നും സ്വയം ഉണ്ടാകുന്നില്ലെങ്കിൽ ഇനിയെങ്കിലും അടിയന്തരമായി നട്ടു വളർത്തേണ്ടുന്നവയാണ്.

ഈയിടെ മഹാകവി അക്കിത്തത്തിന് ജ്ഞാനപീഠ പുരസ്കാരം നല്കുന്ന ചടങ്ങിൽ ആരോ ഒരാൾ ഇനിമേലിൽ മലയാളഭാഷ ദേവനാഗരിയിൽ എഴുതണമെന്ന് ഉൽബോധിപ്പിച്ചതായി കേട്ടു! ഭാഷയുടെ കാര്യത്തിൽ മതവികാരം ആത്മഹത്യാപരമായ ഏതെല്ലാം മാർഗ്ഗങ്ങളിലേക്ക് ഇനിയും തിരിയാമെന്നതിന്റെ സൂചനയായല്ലേ ഇതിനെ കാണാനാവൂ?

മതവുമായി ബന്ധപ്പെട്ട അനാചാരങ്ങൾക്കെതിരെ ജീവൻ പണയപ്പെടുത്തി പോരാടിയാണ് എഴുത്തച്ഛൻ നമ്മുടെ ഭാഷ ഉണ്ടാക്കിയത്. എന്തും സംസ്കൃതത്തിൽ പറഞ്ഞാൽ മതത്തിന്റെ കല്പനയായി എന്നായിരുന്നു അന്നത്തെ ധാരണ. സംസ്കൃതകാവ്യങ്ങൾപോലും കീഴാളരിൽ ആർക്കും പഠിക്കാൻ പാടില്ലായിരുന്നു. സംസ്കൃതപദ്യമോ പദം പോലുമോ ഉച്ചരിക്കുന്ന ശൂദ്രൻ വധമോ നാടുകടത്തലോ അർഹിക്കുന്നു എന്നായിരുന്നു നാട്ടുനടപ്പ്. വിദ്യാഭ്യാസം വരേണ്യവർഗ്ഗത്തിന്റെ കുത്തകയായിരുന്നു. കാവ്യ നാടകാദികളും ഉപനിഷത്തുക്കളും ഗീതയും ഒന്നും സത്യത്തിൽ അവരും പഠിച്ചില്ല. പഠിച്ചില്ല എന്ന് വേറെ ആർക്കും അറിയാൻ കഴിയാത്തതിനാൽ അവർക്ക് രക്ഷയായി. അറിവ് നിഷേധിക്കപ്പെട്ട കീഴാളർ 'കുപ്പത്തൊട്ടിജനം' (garbage population) ആയി മാറി. ദൈവശക്തിയുടെ താക്കോൽ സൂക്ഷിപ്പുകാർ എന്ന് നടിച്ച് ഏതാനും ചില പുരോഹിതന്മാർ രാജാക്കന്മാരെ പേടിപ്പിച്ചു നിർത്തി അവരുടെ അധികാരം ദുരുപയോഗം ചെയ്യുകയായിരുന്നു. യുദ്ധം ജയിക്കുന്നതിനും സമ്പത്ത് നേടുന്നതിനും ദേവതാസ്വാധീനം സമ്പാദിക്കാൻ മത്സരിച്ച നാടുവാഴികൾ ഇക്കൂട്ടർക്കു വിധേയരാവുകയും ചെയ്തു. ചാതുർവർണ്യത്തിന്റെ എല്ലാ രോഗബീജങ്ങളും ഒരുമിച്ച് ആക്രമിച്ച് സമൂഹം നൂറ്റാണ്ടുകൾ നരകിച്ചു.

ഈ പരിതോവസ്ഥയിലാണ് എഴുത്തച്ഛൻ എല്ലാവർക്കും ഉപയോഗിക്കാവുന്ന, എല്ലാ ആശയങ്ങളും കൈകാര്യം ചെയ്യാവുന്ന, ഭാഷ എന്ന ആശയം മുന്നോട്ടുവെക്കുന്നത്. ആശയം മുന്നോട്ടുവെക്കുക മാത്രമല്ല അങ്ങനെയൊന്ന് നിർമ്മിച്ചെടുക്കുകയും അത് എല്ലാ ദിക്കിലും പോയി പ്രചരിപ്പിക്കുകയും ചെയ്തു, അദ്ദേഹം. ഗോകർണ്ണം മുതൽ കന്യാകുമാരി വരെ ഇതിനായി കാൽനടയായി നടന്നു. പുതിയ അക്ഷരമാലയും അതു പഠിപ്പിക്കാനുള്ള ക്രമവും പാഠങ്ങളുമൊക്കെ ഉൾപ്പെടുന്ന പദ്ധതിയും വഹിച്ചായിരുന്നു ആ തീർത്ഥയാത്ര. ദേശഭേദം കൂടാതെ അദ്ദേഹത്തിന് ഉള്ളറിഞ്ഞ സ്വീകാരം കിട്ടി. എല്ലാ നാടുകളിലെയും ഭരണാധികാരികൾ ഇത് അംഗീകരിക്കണമെന്ന് അവിടത്തെ എഴുത്തുകളരികളോട്

നിർദ്ദേശിച്ചു. ആ നിർദ്ദേശം അവർ സ്വീകരിക്കുകയും നടപ്പിലാക്കുകയും ചെയ്തു. അങ്ങനെയാണ് ഐക്യകേരളം എന്ന ബോധവും മലയാളക്കര എന്നൊരു വാക്കും ആദ്യമായി ഉണ്ടാകുന്നത്. അതോടുകൂടിത്തന്നെയാണ് ജാതിമതഭേദം ദുഷിപ്പിക്കാത്ത മനുഷ്യസമത്വം എന്ന ആശയവും വേരു പിടിക്കുന്നത്.

എത്ര വിപ്ലവകരമായിരുന്നു ആ ദൗത്യമെന്ന് ഇന്നുള്ള നമുക്ക് മന സ്സിലാക്കാൻ പ്രയാസമാണ്. കണ്ടാൽപോലും അയിത്തമുള്ളതായി കല് പിക്കപ്പെടുന്നവനെ ഏതു മഹാ ബ്രാഹ്മണനും തുല്യനായാണ് ഉപനി ഷത്തുകൾ കാണുന്നതെന്നത്രെ അദ്ദേഹം വെളുപ്പെടുത്തിയത്. പോരാ, പെണ്ണായാലും, തീണ്ടാരിയായാൽപോലും, തുല്യ തന്നെ എന്നുകൂടിയും!

ഈ നിലപാടിന്റെ പേരിൽ സ്വാഭാവികമായും അദ്ദേഹം 'കുറ്റ വിചാരണ' ചെയ്യപ്പെട്ടു. വിധിച്ചു കിട്ടിയത് വധശിക്ഷയാണ്. ഇതായിരുന്നു പുതുലിപിയും *ഹരിനാമകീർത്തന*വും എന്ന മഹത്തായ കൃതിയും രചിച്ച, സാർവ്വജനീനസൗജന്യ വിദ്യാഭ്യാസത്തിൽ വിശ്വസിച്ച, അദ്ദേഹത്തിന് കിട്ടിയ മഹാ പാരിതോഷികം!

തന്റെ വിശേഷ അധികാരമുപയോഗിച്ച് ആഴ്വാഞ്ചേരി തമ്പ്രാക്കൾ ആ ശിക്ഷ ഒഴിവാക്കിച്ചു. പക്ഷേ, തമ്പ്രാക്കളുടെയും തലയ്ക്കു മീതേ പോകാവുന്ന ഒരു വകുപ്പ് ഉണ്ടായിരുന്നു രാജ്യദ്രോഹക്കുറ്റം. അതാണ് സാമദ്രോഹികൾ പിന്നെ ആരോപിച്ചത്.

പ്രത്യുല്പന്നമതിയായ ഒരു പഴയ ശിഷ്യൻ തക്ക സമയത്ത് വേണ്ട പോലെ സഹായിച്ചതിനാൽ ആ ശിക്ഷയും മാറിക്കിട്ടി. പക്ഷേ, ആ മഹാ ഗുരുനാഥൻ ഒരു ചക്കുപുരയിൽ തളയ്ക്കപ്പെട്ടു. കാള ശിവന്റെയും പോത്ത് യമന്റെയും വാഹനം ആയതുകൊണ്ട് രണ്ടിനെയും അമ്പലത്തി ലേക്കുള്ള എണ്ണ ആട്ടുന്നതിനു ചക്കു തിരിക്കാൻ ഉപയോഗിക്കാൻ പാടില്ല! പ്രതിയും കുടുംബാംഗങ്ങളുംകൂടി ഉന്തി തിരിച്ചു കൊള്ളണം! ഒരു പന്തീ രാണ്ടുകാലം അത് ചെയ്യുന്നതിനിടെയാണ് കേരളീയനവോത്ഥാനത്തിന്റെ പിതാവ് *രാമായണം കിളിപ്പാട്ട്* എഴുതിയത്.

'ബ്രാഹ്മണ്യംകൊണ്ടു കുന്തിച്ചു' നടക്കുന്ന പുരോഹിതർക്ക് അതും രസിച്ചില്ല. കാരണം അതിൽ മഹാകവി ബ്രാഹ്മണരെ സുബ്രാഹ്മണർ എന്നും 'സു' അല്ലാത്തവർ എന്നും വേർതിരിച്ചിരിക്കുന്നു! ശ്രീരാമൻ കാട്ടിലേക്ക് പോകുമ്പോഴും തിരിച്ചുവന്ന് അഭിഷേകം ചെയ്യപ്പെടുമ്പോഴും ഒക്കെ വലിയ ദാനങ്ങൾ ചെയ്തത് നല്ലവരായ ബ്രാഹ്മണരെ മാത്രം തെരഞ്ഞുപിടിച്ച് ആയിരുന്നു.

ഈ *രാമായണം*, ശത്രു രാജ്യങ്ങളായി പരിഗണിക്കപ്പെട്ട അയൽ നാടുകളിൽ വായിക്കപ്പെടാൻ ഇടയാക്കിയത് രാജ്യദ്രോഹം ആണെന്ന് വീണ്ടും ആരോപിച്ച് വിചാരണ പിന്നെയും നടന്നു. ഇത്തവണയും ശിരച്ഛേദം തന്നെയായിരുന്നു വിധി. ഇപ്പോഴും ആഴ്വാഞ്ചേരി തമ്പ്രാക്കൾ ഇടപെട്ടു. എഴുത്തച്ഛനെ ഈ നാട്ടിൽ ജീവിക്കാൻ പ്രതിലോമശക്തികൾ അനുവദിക്കില്ല എന്നുകണ്ട തമ്പ്രാക്കൾ ആ ശിക്ഷ നാടുകടത്തലാക്കി

മാറ്റി. ശേഷം ആയുസ്സിൽ ഈ നാട്ടിലേക്ക് വരില്ല എന്ന് പ്രതിജ്ഞയെടുത്ത് എഴുത്തച്ഛൻ വിദേശത്തു പോയി. എന്നിട്ടും അദ്ദേഹം ശോകനാശിനിയുടെ മറുകരയിൽ വീണ്ടുമൊരു എഴുത്തുകളരി ഉണ്ടാക്കി. അതിർത്തി കടന്നു ചെന്ന് സാമൂതിരിയുടെ പട അതും കത്തിച്ചപ്പോൾ നാട്ടുകാരുടെ സഹായത്തോടെ പുതുക്കിപ്പണിതു ഒന്നല്ല, രണ്ടു വട്ടം.

ഒരു ഭാഷയുടെയും സംസ്കാരത്തിന്റെയും ഉയിർപ്പിനും വളർച്ചയ്ക്കും നിലനില്പിനുംവേണ്ടി ഇത്രമാത്രം ദുരിതമനുഭവിച്ച ഒരാൾ ലോകത്ത് വേറെ ആരുണ്ട് എന്ന് നമുക്ക് അറിയില്ല. തെളിഞ്ഞു വരുന്ന കാര്യം നമ്മുടെ നന്ദികേടും ഗുരുത്വദോഷവുമാണ്. എങ്ങനെയെന്നല്ലേ? കുറച്ചു മുൻപ് വരെ ചെറിയ ക്ലാസുകളിലെങ്കിലും അദ്ദേഹത്തെക്കുറിച്ച് ഒരു പാഠം ഉണ്ടായിരുന്നു, അദ്ദേഹത്തിന്റെ നാലുവരി എങ്കിലും കാണാതെ പഠിക്കാനും ഉണ്ടായിരുന്നു. വന്നുവന്ന് ഇതു രണ്ടും ഇപ്പോൾ ഇല്ല. കിളിപ്പാട്ട് എന്നാൽ എന്താണെന്ന് നൂറു പത്താം ക്ലാസുകാരോട് ചോദിച്ചാൽ രണ്ടുപേർ പോലും ശരി ഉത്തരം പറയാൻ ഇടയില്ല.

എഴുത്തച്ഛന് മുമ്പ് മലയാളഭാഷ ഉണ്ടായിരുന്നില്ല എന്നല്ല ഇതിനൊന്നും അർത്ഥം. തീർച്ചയായും ഉണ്ടായിരുന്നു. പക്ഷേ, അത് പരിമിതമായിരുന്നു. ഉപനിഷത്തുകളുടെയും ഇതിഹാസങ്ങളുടെയും ഭാഷ അത് ആയിരുന്നില്ലല്ലോ. അതിനാൽ അറിവിന്റെ വലിയ ലോകം ജനസാമാന്യത്തിന് അന്യമായി കിടന്നു. ആ പരിമിതിയാണ് അദ്ദേഹം നീക്കിയത്.

പക്ഷേ, അതോടൊപ്പം ഒരുപാട് ബന്ധനങ്ങൾകൂടി നീങ്ങി. ജാതിമേല്ക്കോയ്മയ്ക്ക് മതപരമായ പ്രസക്തിയും ന്യായീകരണവും നഷ്ടമായി. മാത്രമല്ല, ലോകത്തെ ഏതു ഭാഷയിലെ ഏതു സ്വനിമവും (phoneme) ഉച്ചരിക്കാൻ മലയാളഭാഷയിൽ കഴിവു കൈവന്നു.

ആയിരത്താണ്ടുകളായി ശേഷം ലോകവുമായി നിതാന്തം ബന്ധപ്പെട്ടു പോന്ന കേരളത്തിൽ അല്ലെങ്കിലേ ലോകഭാഷകളിൽ എല്ലാത്തിൽ നിന്നും ഓരോ പദമെങ്കിലും ഉണ്ട് എന്നാണ് പറയാറ്. ഈ പുതിയ അക്ഷരമാല കൂടി വന്നതോടുകൂടി മലയാളഭാഷ സാർവ്വലൗകിക പ്രയോഗക്ഷമതയുള്ള ഭാഷയായി. ഇന്നും ലോക ഭാഷകൾക്കിടയിൽ മലയാളത്തിന്റെ അപൂർവ്വതയാണ് ഇത്.

ആയുധങ്ങളുമായി ഒന്നിനു പുറകെ ഒന്നായി തള്ളിക്കയറി വന്ന വിദേശ ശക്തികൾക്കും നാടു നശിപ്പിച്ചുകൊണ്ടിരുന്ന അല്പന്മാരായ നാടുവാഴികൾക്കുമിടയിൽ മനുഷ്യ സമത്വത്തിന്റെയും പ്രതീക്ഷയുടെയും ദീപനാളങ്ങൾ മനുഷ്യമനസ്സിൽ വേരുപിടിച്ചു.

പക്ഷേ, അന്നുതൊട്ടിന്നോളം പ്രതിലോമശക്തികൾ ഈ നല്ല സ്വാധീനത്തെ ഇല്ലായ്മ ചെയ്യാൻ പരമാവധി ശ്രമിച്ചുകൊണ്ടിരിക്കുന്നു. അദ്ദേഹത്തിന്റെ കൃതികളെ തമസ്കരിക്കാൻ ഇക്കൂട്ടർ കണ്ട ഏറ്റവും നല്ല വഴി അദ്ദേഹത്തെ വ്യക്തിപരമായി അവമതിക്കുകയാണ്. മോശക്കാരനായ ഗുരു പഠിപ്പിച്ചത് എങ്ങനെ നല്ലതാവാൻ! അതിനായി ഐതിഹ്യങ്ങൾ എന്നപേരിൽ ഒരുപാട് കെട്ടുകഥകൾ പറഞ്ഞുപരത്തി. 'പരാപരാ'

മദ്യപാനി ആയിരുന്നുവെന്നും കൊള്ളരുതാത്തവനും മന്ത്രവാദിയും ആയിരുന്നു എന്നുമൊക്കെ. ഇനി അഥവാ വല്ല മഹത്ത്വവും ഉണ്ടെങ്കിൽ അത് ഒരു ബ്രാഹ്മണന്റെ സന്തതിയായതുകൊണ്ടാണ് എന്നുവരെ കഥയുണ്ടാക്കി. കഞ്ഞി കുടിക്കാൻ വകയില്ലാത്ത ഒരു വീട്ടിലായിരുന്നു ജനനം എന്നുമായി. ഗതി ഇല്ലാത്ത വീട്ടിൽ ജനിച്ചവർ വലിയവരായിക്കൂടാ എന്നല്ല. ഇക്കാര്യത്തിൽ സത്യസ്ഥിതി അതായിരുന്നില്ല എന്നു മാത്രം. സ്വന്തം കുടുംബത്തെക്കുറിച്ച് ഭാഷാപിതാവ് തന്നെ *രാമായണ*ത്തിലെ ഗുരുവന്ദനഭാഗത്ത് വിവരിച്ചിട്ടുണ്ട്. നിരവധി കുട്ടികൾ താമസിച്ചു പഠിക്കുന്ന വലിയൊരു പാഠശാല നടത്തുന്ന മഹാപണ്ഡിതനായ ഒരാളായിരുന്നു തന്റെ ജ്യേഷ്ഠൻ എന്നാണ് അതിൽ പറയുന്നത്. അദ്ദേഹത്തിന്റെയും ഗുരുവും സർവ്വാദൃതനുമായ ഒരു വലിയ അമ്മാവനും വീട്ടിൽ ഉണ്ടായിരുന്നു. ഈ മക്കളുടെ അമ്മ എങ്ങനെ ഒരു അടിച്ചുതളിക്കാരി ആയി? എന്തു ചെയ്യാൻ, തന്റെ കാര്യം താൻ തന്നെ പറഞ്ഞാലും അതല്ല ശരി എന്ന് വാദിക്കുന്ന കുറെപ്പേർ ഉണ്ടല്ലോ എന്നും ഈ ഭൂമിയിൽ!

അദ്ദേഹത്തിന്റെ ജീവിതകാലം പതിനാറാം നൂറ്റാണ്ടിൽനിന്ന് 17 ലേക്കും 18 ലേക്കും കൊണ്ടുവരാൻ കൂടി ഉണ്ടായി, ചില ശ്രമങ്ങൾ. ആരോ മലയാള അക്ഷരമാല ഉണ്ടാക്കിയതിനുശേഷം (അഥവാ അതങ്ങ് സ്വയം ഉണ്ടായതിന് ശേഷം!) ഇദ്ദേഹം രംഗത്തു വരികയായിരുന്നു എന്ന് വരുത്തിത്തീർക്കാനാണ് ഈ അഭ്യാസം. പക്ഷേ, കൊല്ലവർഷം 723 എന്നൊരു കലിദിനസംഖ്യ അദ്ദേഹം തന്നെ (ധ്രുവം നിശ്ചിതം എന്നു) രേഖപ്പെടുത്തി വച്ചിട്ടുണ്ട്. 1498 മുതൽ 1578 വരെയായിരുന്നു അദ്ദേഹത്തിന്റെ ജീവിതകാലം എന്ന് സംശയരഹിതമായി കണക്കാക്കാൻ കഴിയും. ഉള്ളൂർ മഹാകവിയെയും പണ്ഡിതരത്നം കെ പി നാരായണപിഷാരോടിയെയും പോലുള്ളവർ അദ്ദേഹത്തിന്റെ ഭാഷയുടെ ശൈലി നോക്കിയിട്ട് നിശ്ചയിച്ച കാലവും ഇതുതന്നെയാണ്.

ഇന്ന് അറിയപ്പെടുന്ന മലയാള ലിപിയിൽ എഴുതപ്പെട്ടതും തീയതിയിട്ടതുമായ (dated) ആദ്യഗ്രന്ഥം 1520 ലാണ്. ഒരു ജൈന കൃതിയുടെ പരിഭാഷയായ അത് ദേവായനം ഭാഷ തിരുവനന്തപുരം മാനുസ്ക്രിപ്റ്റ് ലൈബ്രറിയിൽ ഉണ്ട്.

*കൃഷ്ണഗാഥ*യുടെ ഒരു പ്രതിയും പഴയ മലയാള ലിപിയിൽ എഴുതപ്പെട്ടതായി കണ്ടുകിട്ടിയിട്ടില്ല. ചെറുശ്ശേരിയെ എഴുത്തച്ഛന്റെ മുൻഗാമി ആക്കുന്നതിന് പ്രബലമായ ന്യായമൊന്നുമില്ല. 'തോന്നിത്തുടങ്ങീതേ', 'തീക്കായ വേണം' എന്നൊക്കെയുള്ള ചില ഭാഷാപ്രയോഗങ്ങൾ വെച്ച് അതിലെ ഭാഷയുടെ പഴക്കം നിശ്ചയിക്കുന്നത് ശരിയല്ല. ഇത്തരം പ്രയോഗങ്ങൾ നമ്പൂതിരി ഇല്ലങ്ങളിലെ അകത്തെ ('അകായിലെ') ഭാഷയാണ്. ഈ ഭാഷ ഇപ്പോഴും പലയിടങ്ങളിലും ഉപയോഗിച്ചു കേൾക്കാം. എന്നുവെച്ച് ഇവരൊക്കെ പതിനാലാം നൂറ്റാണ്ടിലാണ് ജീവിച്ചിരിക്കുന്നതെന്നാണോ അർത്ഥം? പുതിയ മലയാള ലിപിയിൽ അല്ലാതെ *കൃഷ്ണഗാഥ* എഴുതാൻ കഴിയില്ല എന്ന് ആർക്കും ഒറ്റനോട്ടത്തിൽ ബോദ്ധ്യമാവും.

കൃഷ്ണഗാഥ എന്ന വാക്കുതന്നെ എഴുതാൻ പറ്റില്ല!

എഴുത്തച്ഛനു പിൻപേയാണ് ജീവിതകാലം എന്നു വരുന്നതുകൊണ്ട് ചെറുശ്ശേരിയുടെ പ്രതിഭയ്ക്കോ കവിത്വമികവിനോ ഒരു കുറവും വരുന്നില്ല. *കൃഷ്ണഗാഥ*യുടെ അപൂർവ്വ ചാരുതയ്ക്ക് ഒട്ടും മങ്ങൽ ഏല്ക്കുന്നുമില്ല.

ഭാഷയ്ക്കൊരു പിതാവ് വേണോ എന്ന സംശയം പ്രകടിപ്പിക്കുന്നവരും ഇന്നുണ്ട്. ശരിയാണ്, ലോകമൊട്ടുക്കുള്ള ഭാഷകളിൽ പിതാക്കളില്ലാത്തവയല്ലേ അധികവും? ഇവിടെയും വേണമെന്നില്ല. പക്ഷേ, വേണമെന്നുള്ളവർക്ക് ആകാമല്ലോ! പാടില്ല, നിങ്ങൾക്കും ഉണ്ടാകരുത്, എന്ന് അവരോട് പറയുന്നത് ശരിയാണോ?

ജാതിഭേദങ്ങൾക്കും ദേശഭേദങ്ങൾക്കും അതീതമായ മാനകഭാഷ മലയാളക്കരയിൽ ആദ്യമായി നിലവിൽ വന്നത് എഴുത്തച്ഛനിലൂടെയാണ്. ആ ഭാഷാ ക്രമത്തിനാകട്ടെ ഇത്രയും നൂറ്റാണ്ടുകൾ കഴിഞ്ഞിട്ടും ഒരു മാറ്റവും വന്നിട്ടുമില്ല. പരിഷ്കാര ശ്രമങ്ങളൊക്കെ അതിന്റെ വഴിക്ക് വന്ന് കൊഴിഞ്ഞുപോയി. ഒന്നുംതന്നെ ഫലിച്ചില്ല എന്നതാണ് നേര്. എന്തുകൊണ്ട് ഫലിച്ചില്ല എന്നാണെങ്കിൽ ഭാഷയുടെ ശരിയായ സ്വത്വത്തിന് നിരക്കുന്നതായില്ല എന്നുതന്നെ. അതായത് ഭാഷയ്ക്ക് ഒരു ജീവനുണ്ടെന്നും അതുമായി പൊരുത്തപ്പെട്ടു വേണം പരിഷ്കാരങ്ങൾ എന്നും നമുക്ക് വേണ്ടത്ര മനസ്സിലായില്ല!

ഉദാഹരണത്തിന് പോപ്പുലർ സയൻസ് പ്രചാരത്തിൽ വന്നതോടുകൂടി നാം കുറെയേറെ പദങ്ങളും പ്രയോഗങ്ങളും ഉണ്ടാക്കി പരീക്ഷിച്ചു. ആ പദങ്ങളൊക്കെ ഇപ്പോഴും ഭാഷയ്ക്ക് അന്യമായിത്തന്നെ നില്ക്കുന്നു. പമ്പിയും (പമ്പ് ചെയ്തും) വർക്കിയും (വർക്ക് ചെയ്തും) ഒന്നും നമുക്ക് കഴിയാൻ പറ്റിയില്ല. പദങ്ങൾ സംസ്കൃതത്തിൽനിന്നോ മറ്റോ എടുത്താൽ പോരാ അവ ഭാഷയുടെ സ്വഭാവത്തിനും പ്രകൃതിക്കും നിരക്കുകയും വേണം എന്ന കാര്യം മറക്കാവതല്ല എന്നു ചുവരെഴുത്ത്.

ഒരു ചെറിയ ഉദാഹരണം പറഞ്ഞാൽ, അംഗാരത്തിന് പകരം നമുക്ക് കാർബനാണ് സ്വീകാര്യം. ഇന്നും വിദ്യാഭ്യാസത്തിന്റെ മാദ്ധ്യമം മാറ്റുന്ന കാര്യത്തിൽ നമ്മെ വിഷമിപ്പിക്കുന്ന പ്രശ്നം സാങ്കേതികപദങ്ങൾ ആണ്. വാസ്തവത്തിൽ ഇതൊരു പ്രശ്നമേ ആകേണ്ടതില്ല. ചൈനയും റഷ്യയും മുതൽ ചെറിയ രാജ്യമായ കാറ്റലാൻ വരെ ഈ ബുദ്ധിമുട്ട് എന്നോ പരിഹരിച്ചു. സാങ്കേതിക പദങ്ങൾ അതേപടി കൈക്കൊള്ളുകയാണ് അവർ ചെയ്തത്. ഒന്നും തർജ്ജമ ചെയ്യാൻ പോയില്ല. നമുക്കറിയാം, നമ്മൾ ഉപയോഗിച്ചുവരുന്ന സാങ്കേതിക പദങ്ങൾ ഇംഗ്ലീഷിൽ ഉള്ളതൊന്നും അല്ല. ഗ്രീക്ക്, ലാറ്റിൻ ഒക്കെ ആണ്. മറ്റു പല ഭാഷകളിൽനിന്നു കൂടിയും ധാരാളമുണ്ട്. നിയമഭാഷയിലും ഭരണഭാഷയിലും ഒക്കെ ഈ രീതി നമുക്കും സ്വീകരിക്കാം. ഇങ്ങനെയാകുമ്പോൾ ആർക്കുവേണമെങ്കിലും എപ്പോഴും എവിടെ വെച്ചും മാദ്ധ്യമം മാറ്റാം.

തത്തുല്യപദങ്ങൾ കൃത്രിമമായി സൃഷ്ടിച്ച് നാം ഭാഷ കൂടുതൽ ദുർ

ഗ്രഹമാക്കുകയാണ് വാസ്തവത്തിൽ ചെയ്തത്. ഒമ്പതാം തരത്തിലെ കണക്കു പാഠപുസ്തകത്തിലെ മലയാളം അതിലെ കണക്കിനേക്കാൾ ക്ലിഷ്ടമാണെന്ന കഷ്ടസ്ഥിതി തുടരണോ?

ഈ ഭാഷാവൈകല്യം വ്യവഹാരഭാഷയിലും, എന്തിന്, സാഹിത്യ ഭാഷയിൽപ്പോലും കയറിപ്പറ്റിയിട്ടുമുണ്ട്. അത്രത്തോളം ഭാഷയുടെ മാതൃത്വവും ഭാവാവിഷ്കാരശേഷിയും ജനകീയതയും നഷ്ടമായുമിരിക്കുന്നു. ഭാഷ ജനമനസ്സിൽനിന്ന് അത്രയ്ക്ക് അകന്നു.

മാതൃഭാഷയിലൂടെ പഠിച്ചാൽ അത് മനസ്സിൽ കയറി സ്വന്തമായി ത്തീരുന്നു. മറ്റു ഭാഷകളിലൂടെ പഠിച്ചത് പുറമെ ധരിച്ച കുപ്പായം പോലെ യൊക്കെയേ ഉള്ളൂ. നമുക്കന്യമാണ്. അതിന്റെ സംസ്കാരം നമുക്ക് പകർന്നു കിട്ടുകയില്ല. ശാസ്ത്രബോധം നമ്മുടെ നാട്ടിൽ ശരിയായ രീതി യിൽ വേരു പിടിക്കാത്തത് ഇതുകൊണ്ടാണ്.

സംസാരിക്കാൻ ആരും ഇല്ലാതായാലും ഭാഷ ഇല്ലാതാകില്ല എന്ന് സംസ്കൃതം തെളിയിക്കുന്നു. നല്ല കൃതികൾ ഉണ്ടെങ്കിൽ അത് വായി ക്കാൻ ആളുകൾ ഭാഷ പഠിക്കാൻ വരുമെന്നും.

സ്വന്തമായ ഭാഷ നഷ്ടപ്പെടുന്ന ഒരു ജനവിഭാഗത്തിന്റെ ഉള്ളു പൊള്ളയായിത്തീരുന്നു! We are H hollow men, We are stuffed men എന്ന് ടി എസ് എലിയറ്റ് പറഞ്ഞത് ഈ ജനവിഭാഗങ്ങളെക്കുറിച്ചാണ്. ഇവർക്ക് സൃഷ്ടിപരമായി ഒന്നും ചെയ്യാൻ കഴിയില്ല. ഭാവനയും പ്രതിഭയും വികസിക്കില്ല.

നമ്മുടെ നാട് ഇങ്ങനെ ഒരു അവസ്ഥയിലേക്ക് നീങ്ങിത്തുടങ്ങിയിട്ട് കാലം കുറെയായി. മലയാളിക്ക് എന്താണ് ഒരു കുറവ് എന്നൊന്ന് സ്വയം ചോദിച്ചു നോക്കുക. കുറേ പതിറ്റാണ്ടുകളായി നമുക്ക് നമ്മോടുതന്നെ സംസാരിക്കാനുള്ള ഭാഷ നഷ്ടമായിക്കൊണ്ടിരിക്കുകയാണെന്ന് അപ്പോൾ കാണാം.

ഇത് തിരിച്ചുപിടിക്കാതെ നവോത്ഥാനപാതയിൽ ഒരടി മുന്നോട്ടു പോകാൻ നമുക്ക് കഴിയില്ല. നാട്യങ്ങൾകൊണ്ട് ഒരു കാര്യവുമില്ല. വേഷംകെട്ടലുകൾകൊണ്ട് നമ്മുടെ ദയനീയാവസ്ഥ നമ്മിൽനിന്നു മറച്ചു പിടിക്കാൻ നമുക്ക് സാദ്ധ്യവുമല്ല. നമ്മുടെ പ്രാണന്റെ നാക്ക് സ്വയം മുറിക്കുന്നതിലാണല്ലോ ഇപ്പോഴും നാം ഉത്സുകരായിരിക്കുന്നത്!!

കലകളും കാലക്കേടും

ഏതു കലയും അത് എത്ര സ്വാരസ്യം നിറഞ്ഞതായാലും നമുക്ക് വിശപ്പോ വേദനയോ ജീവഭയമോ ഉള്ളപ്പോൾ ആസ്വദിക്കാൻ കഴിയില്ല. നല്ല തലവേദന വന്നാൽ ഗാനഗന്ധർവ്വൻ തന്നെ പാടിയാലും രസിക്കില്ല.

അതായത്, കലകൾ നൂറുമേനി വിളയാൻ ആവശ്യമായ അവസ്ഥ സമൃദ്ധിയും സുസ്ഥിതിയും ആണ്. ഒരു മഹാമാരി വന്നുഭവിക്കുമ്പോൾ ഇത് രണ്ടുമില്ല.

എല്ലാ ജീവികളും ആർജ്ജിതമായ സംസ്കാരം അത്തരം ആപൽ ഘട്ടങ്ങളിൽ കൈയൊഴിയുന്നു. പരിണാദശകളുടെ പടവുകൾ ചാടി താഴോട്ട് ഇറങ്ങുന്നു. ഇത് അനുഭവവേദ്യമായ കാര്യമാണ്. എന്റെ സഹോദരന്റെ ചോരയ്ക്ക് ഞാനല്ല കാവല്ക്കാരൻ എന്ന് നിശ്ചയിക്കുന്നത് അപ്പോഴാണ്. ആപൽക്കാലത്തല്ലാതെയും ഇങ്ങനെ തീരുമാനിക്കുന്നവർ ഉണ്ടാകാം. അത് ജന്മദോഷം.

കൊറോണക്കാലത്ത് ഇതു തെളിഞ്ഞുകണ്ടു. കലകൾക്ക് എന്തു സംഭവിക്കുന്നുവെന്ന് വ്യക്തമായി മനസ്സിലായി. പൊതുവേ സ്വീകാര്യമായി നിന്ന കലാപരിപാടികൾ നർമ്മവും അതിനോടനുബന്ധിച്ച കാര്യങ്ങളുമാണ്. ഇവ നേരംകൊല്ലികളായ കെട്ടുകാഴ്ചകൾ മാത്രമാണ്. നമ്മിൽ ഒരു മേന്മയും ഉളവാക്കാൻ ഇവയ്ക്ക് കഴിയില്ല.

മനുഷ്യനെ വിമലീകരിക്കുന്ന കലകൾ കൃത്രിമനിർമ്മിതികൾ അല്ല. മനുഷ്യനിൽനിന്ന് ആയാലും മറ്റ് ജീവികളിൽനിന്നായാലും സ്വാഭാവികമായി ഉണ്ടാവുന്നതേ ജീവനുള്ളത് ആവൂ. പക്ഷിയുടെ പാട്ടിന് ജീവനുണ്ട് പക്ഷിക്കൂടിന് ഇല്ല. ശാകുന്തളത്തിനും മോണാലിസയ്ക്കും ജീവനുണ്ട്, റോക്കറ്റിന് ഇല്ല എന്നപോലെതന്നെ. അപ്പോൾ ഏത് മഹാമാരിക്കാലത്തും സർഗ്ഗ ചേതന മരിക്കും, സാങ്കേതിക ഉല്പന്നങ്ങൾ നിലനില്ക്കും.

നോഹ വൻ പ്രളയകാലത്ത് തന്റെ പേടകത്തിൽ എന്നപോലെ ജീവാംശം ഉള്ള കലയെ പുലർത്തി പോരുകയാണ് ഈ കാലത്ത് സന്മനസ്സുള്ളവർക്ക് ചെയ്യാനുള്ളത്. ജീവന്റെ അംശങ്ങൾ ഉള്ളതുകൊണ്ടാണ് നല്ല കലയ്ക്ക് ദീർഘായുസ്സ് ഉണ്ടാകുന്നത്. നല്ല കല കലാകാരന്റെ ആയുസ്സിനെ ബഹുദൂരം പിന്നിലാക്കുന്നു. അതിന്റെ അതിജീവനശേഷി അത്ഭുതകരമാണ്.

കലകളെ കച്ചവടച്ചരക്കാക്കി മാറുന്നവർക്ക് എല്ലാ മഹാമാരിക്കാലത്തും വലിയ തിരിച്ചടി സംഭവിക്കാം. പക്ഷേ, സന്മനസ്സുള്ളവർ വിചാരിച്ചാൽ ജീവാംശം ഉള്ള കലകൾക്ക് ഏത് കാലത്തെയും അതിജീവിക്കാനാവും. സന്മനസ്സുള്ളവരാണെങ്കിൽ ഈ വിചാരം ഉണ്ടാവുകയും ചെയ്യും. മൊത്തത്തിൽ ഈ ഉർവ്വശീശാപം അപ്പോൾ ഉപകാരമാണ് ആവുന്നത്. എങ്കിലും, അഴുക്കുകൾ കഴുകിക്കൊണ്ടുപോകുന്ന ഒഴുക്ക് കാലിനടിയിലെ മണ്ണ് കൂടി ഒഴുക്കി കളയുന്നത് ശ്രദ്ധിക്കേണ്ടതുണ്ട്. നാളെയും വേണമല്ലോ നമുക്ക് നിലനില്പ്.

www.ingramcontent.com/pod-product-compliance
Lightning Source LLC
LaVergne TN
LVHW060118051026
849517LV00007B/2338
* 9 7 8 9 3 9 3 4 6 8 5 4 3 *